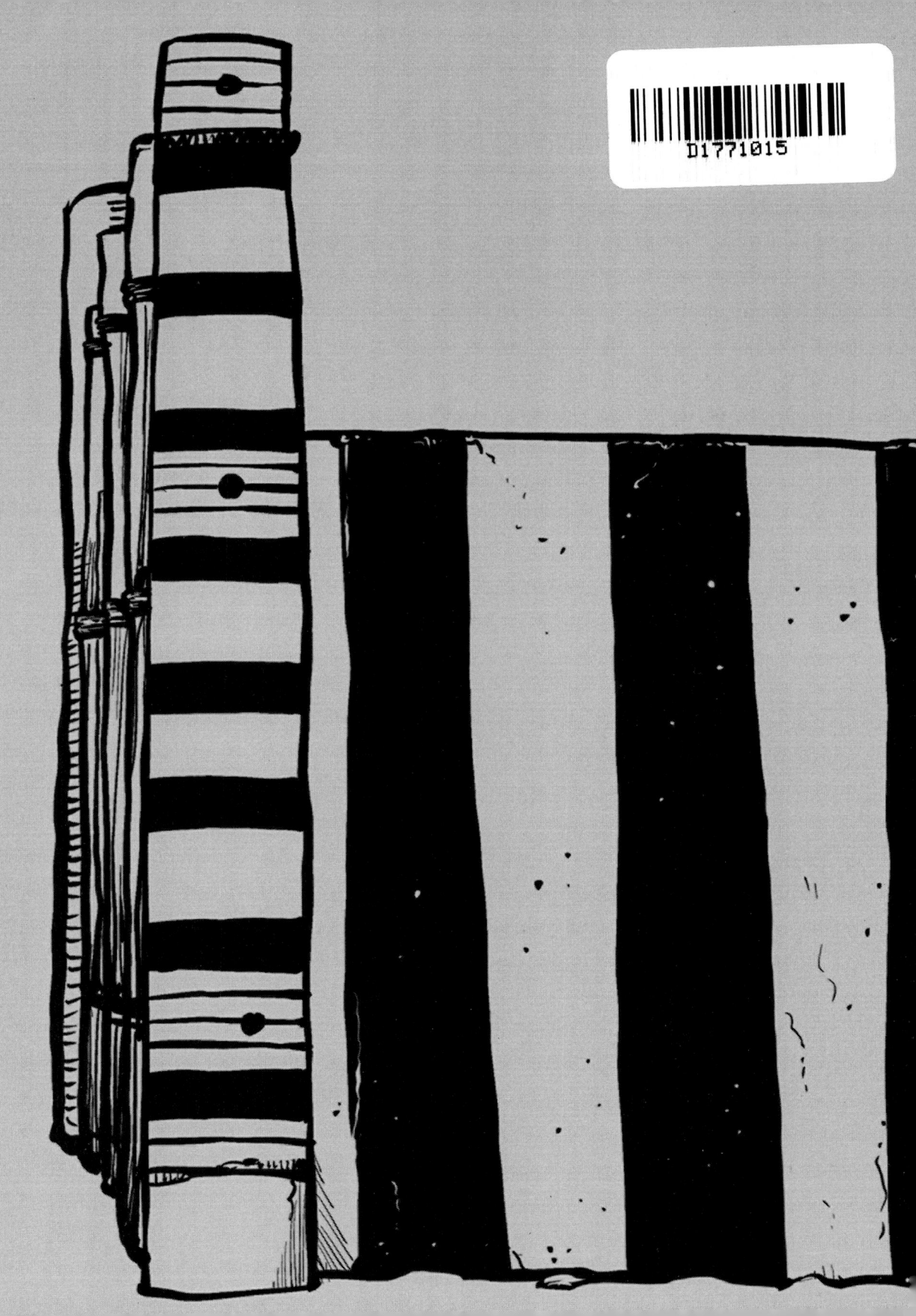

வாடிவாசல்

சி.சு. செல்லப்பா

வாடிவாசல்

வரைகலையாக்கம்:
பெருமாள்முருகன், அப்புபென்

காலச்சுவடு பதிப்பகம்

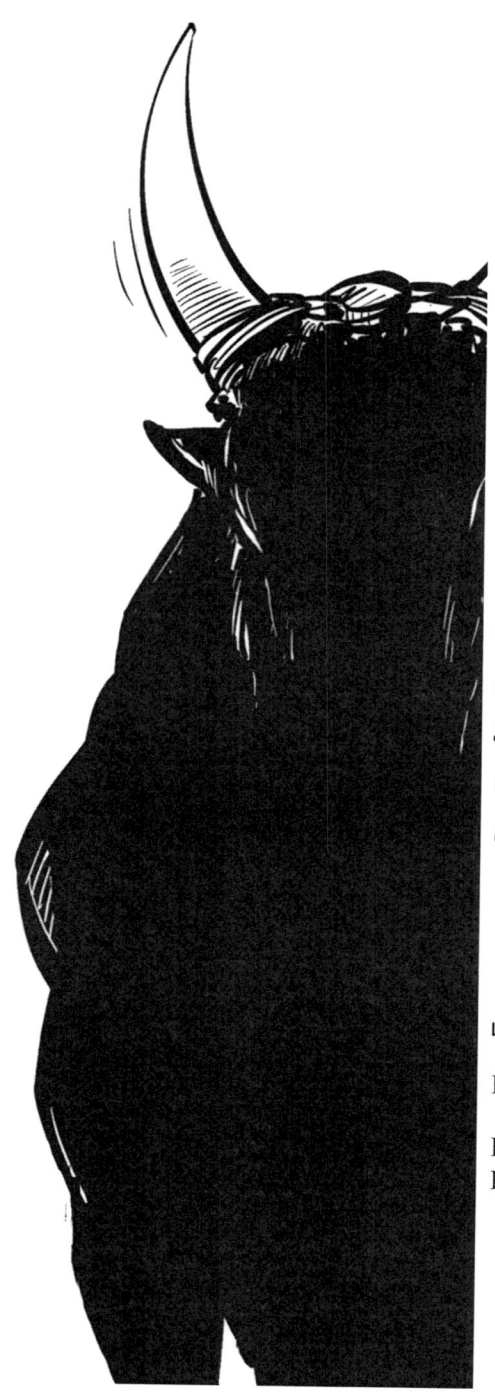

வாடிவாசல் (வரைகலை வடிவில்)
சி.சு. செல்லப்பாவின் வாடிவாசல் நாவலைத் தழுவியது.

மூலக்கதை ©: செ. சுப்பிரமணியன்

வரைகலைப் பிரதி ©: பெருமாள்முருகன்

காட்சிப்படுத்தல் & ஓவியங்கள் ©: அப்புபென்

வடிவமைப்பு: அப்புபென், நடாஷா ரெகோ

முதல் பதிப்பு: டிசம்பர் 2024

இரண்டாம் பதிப்பு: மார்ச் 2025

பக்கம்: 112

வெளியீடு: காலச்சுவடு
பப்ளிகேஷன்ஸ் (பி) லிட்.,
669, கே.பி. சாலை,
நாகர்கோவில் 629001
Phone: 91-4652-278525

மின்னஞ்சல்: publications@kalachuvadu.com

ISBN: 978-93-6110-708-5

Printed at Compuprint Premier Design House, Chennai 600086

03/2025/S.No. 1340, kcp 5654, 24 (2) usss

செல்லாயிபுரம்.

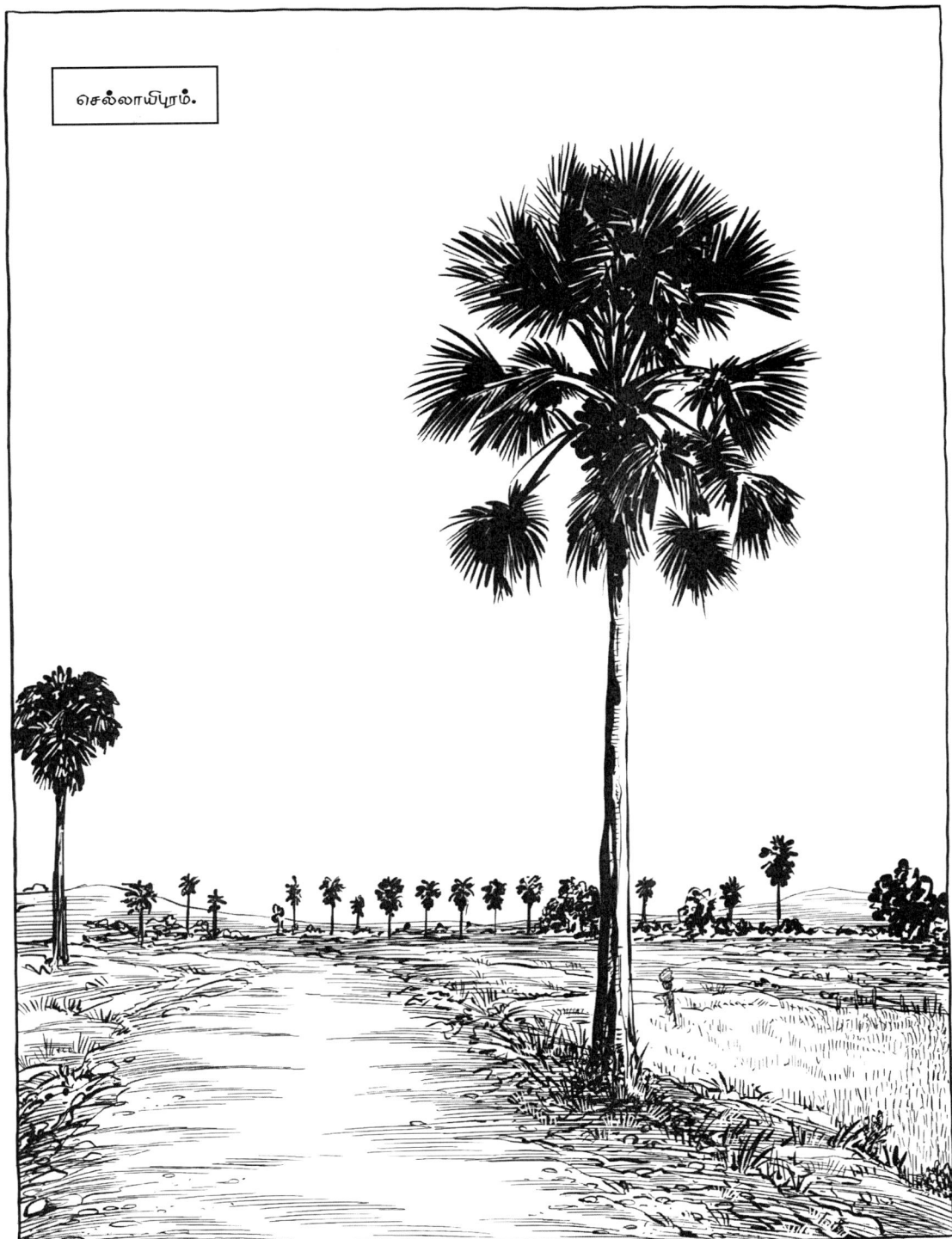

பிற்பகல் சுமார் நான்கு மணி.

வாடிவாசலை நோக்கி மக்கள் வந்துகொண்டிருக்கிறார்கள்.

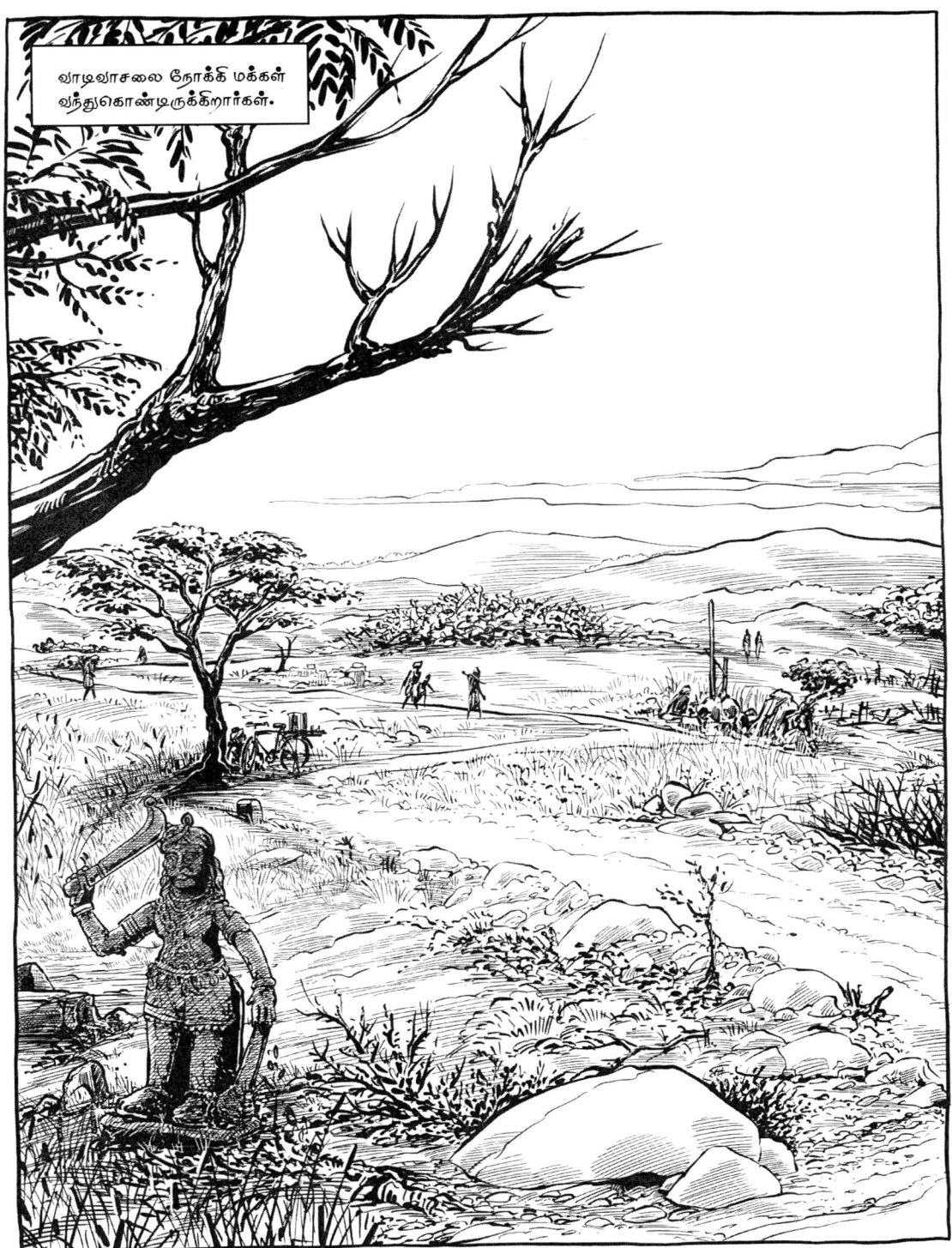

அவர்கள் கைகளில் சோற்று மூட்டையும்...

...சுழலும் கம்புகளும் இருக்கின்றன...

...மாட்டு வண்டிகளிலும் வருகிறார்கள்.

ஜல்லிக்கட்டு மாடுகளைப் பிடித்துக்கொண்டு மாட்டுக்காரர்கள் வாடிவாசலுக்குச் செல்கிறார்கள்.

வாடிவாசலில் கூட்டம்
திரண்டு நிற்கிறது.
ஆண்களும்
பெண்களும்.

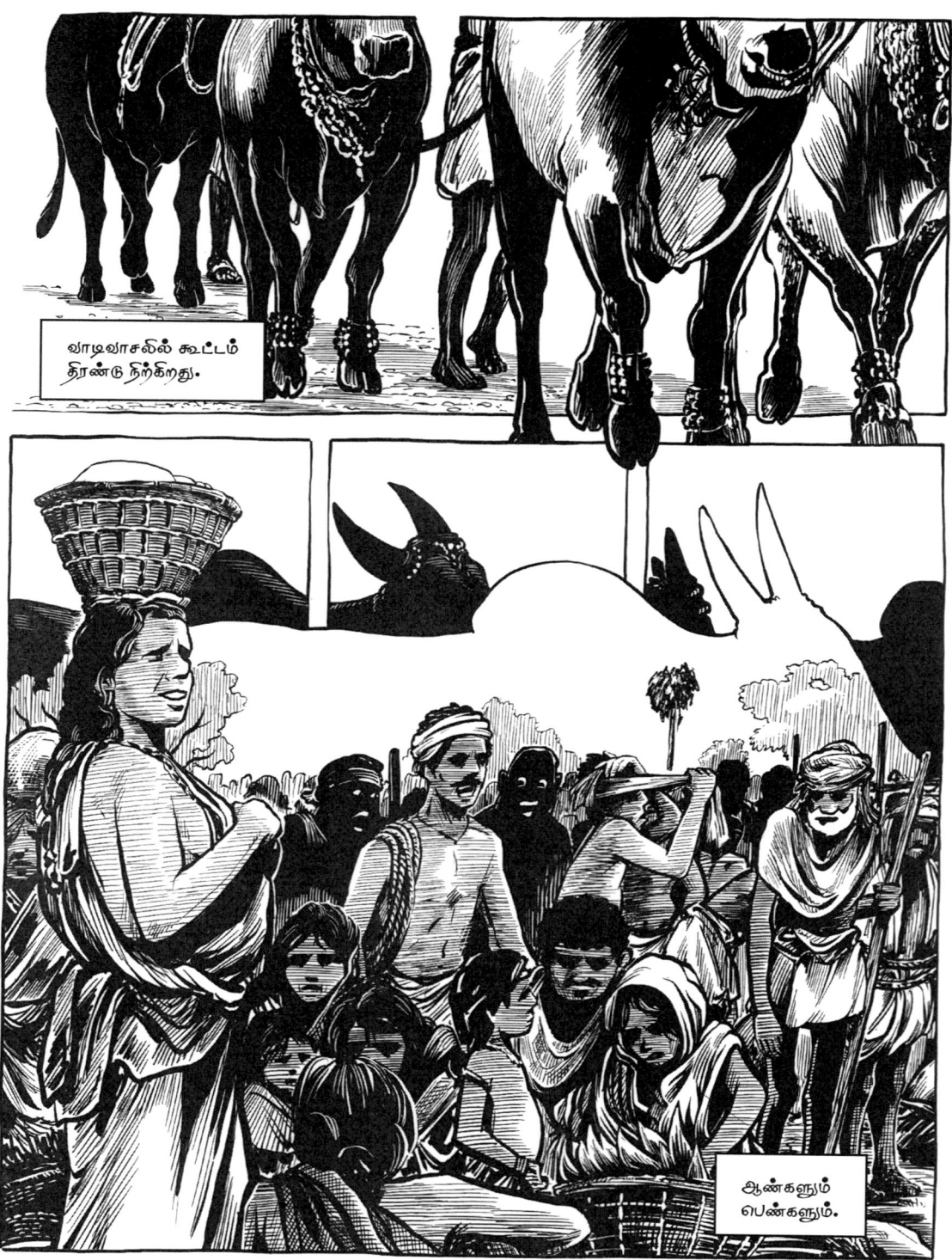

செல்லாயி கோயிலிலும் அக்கம்பக்கத்து ஊர்க்கோயில்களிலும் பூஜைகள் நடக்கின்றன.

சல்லிக்கட்டுனா எல்லாமா? செல்லாயி சல்லிக்கட்டுலே மாடு அணையனும்.
சல்லிக்கட்டு தொடங்குன பிறகு சரியான ஆம்பளதான் அங்க நிப்பான்.

ஜல்லிக்கட்டு, காளையை அடக்கும் மரபார்ந்த விளையாட்டு.

காளை பலவந்தமாக வெறியூட்டப்படுகிறது.

வாடிவாசல் வழியாக வெளியே அனுப்பப்படுகிறது.

வெறிகொண்ட காளையை வெறும் கைகளால் அடக்கிக் கட்டுப்படுத்துவதுதான் இந்த விளையாட்டு.

அரங்கில் காளையின் இரத்தம் சிந்தக் கூடாது.

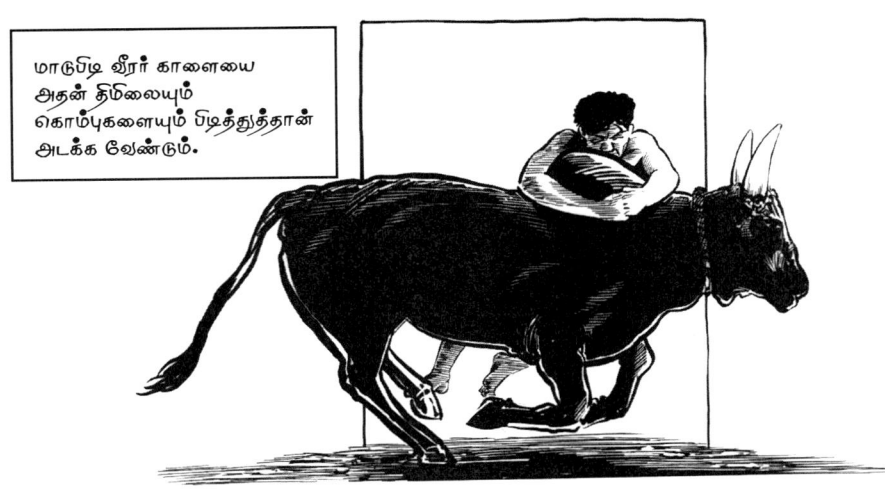

மாடுபிடி வீரர் காளையை அதன் திமிலையும் கொம்புகளையும் பிடித்துத்தான் அடக்க வேண்டும்.

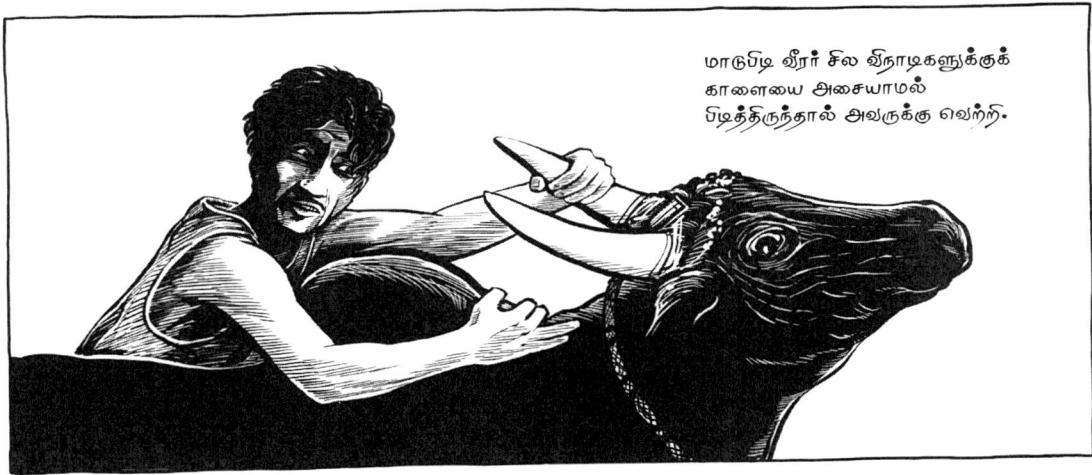

மாடுபிடி வீரர் சில விநாடிகளுக்குக் காளையை அசையாமல் பிடித்திருந்தால் அவருக்கு வெற்றி.

பிறகு அவர் அந்த மாட்டைக் கீழே அழுத்தி அதன் கழுத்திலுள்ள பரிசுப் பொருட்களை எடுத்துக்கொள்வார்.

இல்லையேல்
காளைக்குத்தான் வெற்றி.

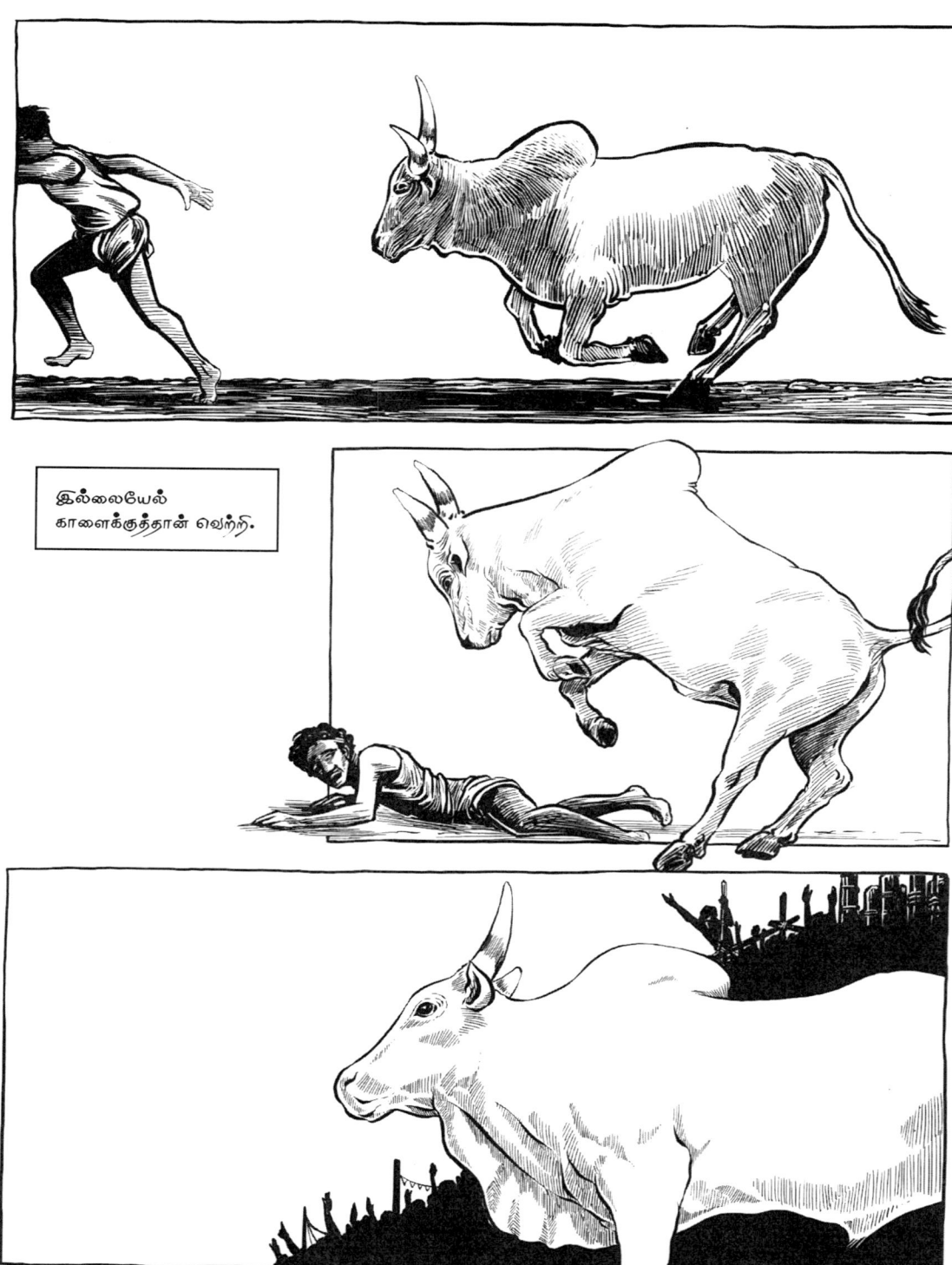

எப்படிப் பார்த்தாலும்
வாடிவாசலில் அன்று மாலை
மனிதனுக்கோ காளைக்கோ
வெற்றிகிடைக்கும்.

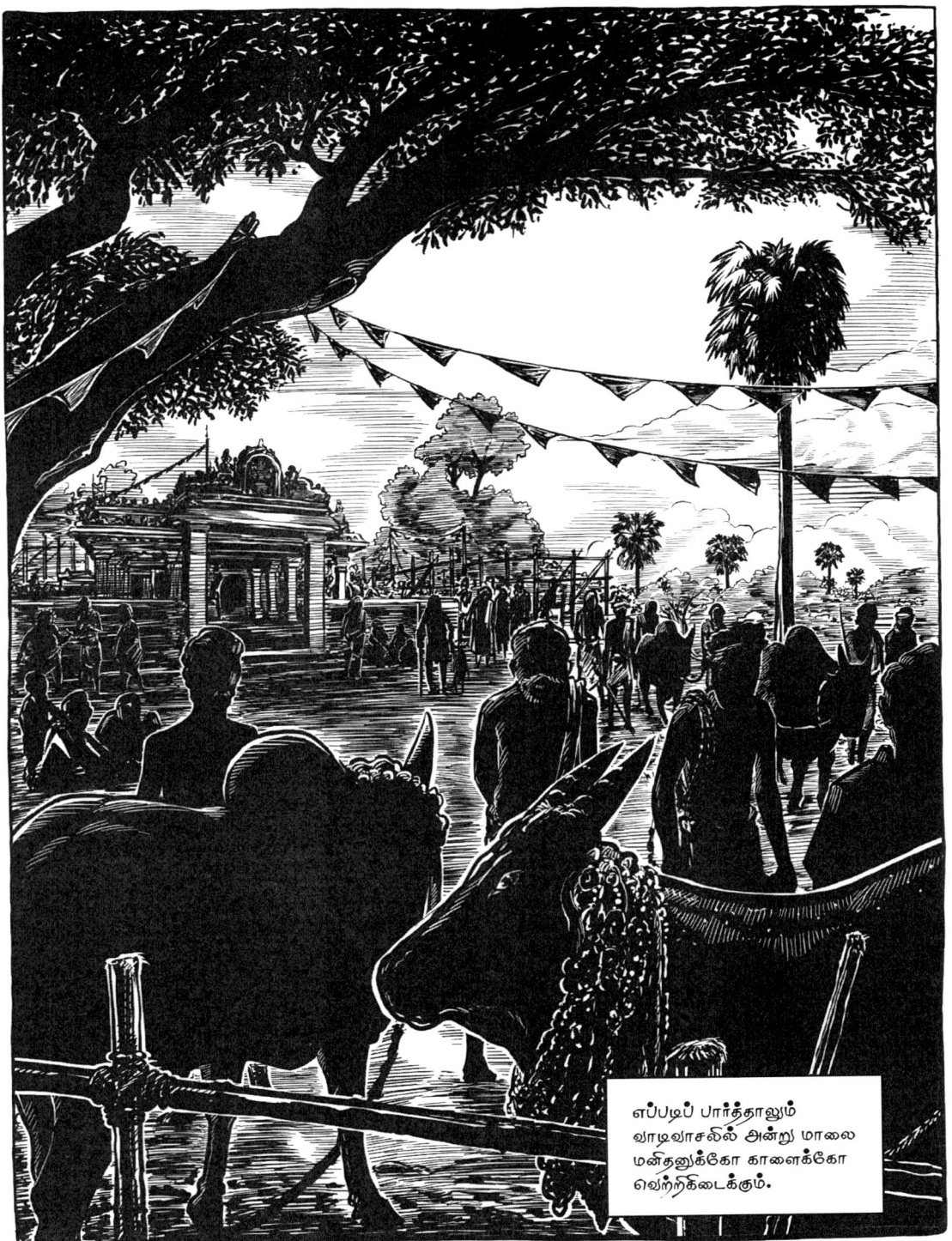

திட்டிவாசல் அடைப்பை ஒட்டிப் பிச்சியும் அவன் மச்சான் மருதனும் நிற்கிறார்கள். அவர்கள் பார்வை மக்கள் கூட்டத்தைப் பார்க்கிறது. பிறகு மாடுகளை நோட்டமிடுகிறது.
வாடிபுரம் காளை இன்னக்கி வராதா?
இன்னிக்கு நமக்கு ஏமாத்தம்தான்னு நெனைக்கிறேன்.
அப்படித்தான் தோணுது.
செல்லாயி சல்லிக்கட்டு சீமையிலயே பெருசுன்னு சொன்னாங்களேன்னு பாத்தா...
சும்மா, வெறும் பேச்சு.
ஆயிரக்கணக்கான மாடுக முண்டிக்கிட்டு நிக்கும்னு தமுக்கடிச்சானே...
எல்லாம் இங்கிட்டு வந்து பாத்தால்ல தெரியுது.

ஒரு கிழவர் அவர்களை ஏற இறங்கப் பார்க்கிறார்.
யாரையா நீங்க? கிழக்குச் சீமைக்காரனுங்களோ?
ஆமாங்க பாட்டையா... சரியாச் சொல்லிப்புட்டீங்களே...
ஆமா, நீ ஏதொ சொன்ன. அந்தத் தம்பியும் ரண்டு சொல்லுச்சு...
சும்மா எங்களுக்குள்ளே பேசிக்கிட்டோம், ஒண்ணுமில்லே.
வாய்விட்டுப் பேசிக்கிட்டீங்களே. இந்தக் கிழட்டுக் காதுலகூட விழுந்துச்சு.
இன்னிக்கி ஐநூறு மாட்டுக்கு ஒன்னு குறைஞ்சாலும்...
எங்க மேல எச்சியைத் துப்பிட்டுப் போங்க.
சபாஷ் பாட்டையா. நல்ல போடு போட்டீங்க!

எடுத்தெறிஞ்சு பேசல பாட்டையா
அப்படி ஒப்புக்கிடுங்க தம்பி. நாக்கை நீள விடாதீங்க.
புத்தி சொல்லுங்க பாட்டையா... கேட்டுக்கிடுதோம்.
தம்பி, இவ்வளவு பேசிக்கிட்டமே. உங்களப் பத்தி விவரம் கேட்டுக்கிடலியே...
என் பேரு பிச்சி. இவன் என் மச்சான் மருதன்.

ஊரு?
உசிலனூரு.
உசிலனூரா?
உசிலனூரா? இல்ல,
பக்கமா?
உசிலனூரேதான்.
என்ன சம்சயம்?
கும்பிட வேண்டிய
ஊரு அது தம்பி.
கொழந்தைங்க பொறக்கறபோதே
சங்குவாடியை நெனச்சிக்கிட்டே
பொறக்கற ஊராச்சே அது.

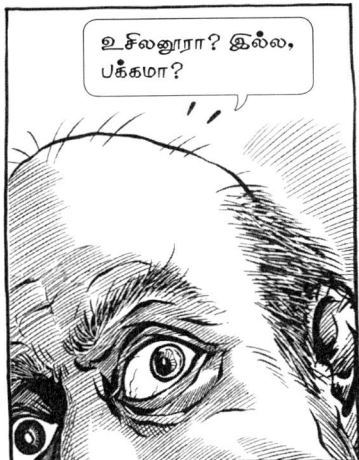

உங்க செல்லாயி சல்லிக்கட்டு அதுக்கு விட்டா கொடுத்திருச்சி? அதான் பாக்கறமே.
கிழக்கத்திச் சல்லிக்கட்டு, அது வேற.
வாடிபுரம் காளையைப் பத்தி அக்குசாக் கேட்டீங்களே?
காரியப் பத்திதானே பேசுனீங்க?
ஆமாம்.
கிழக்கேயிருந்து சமீந்தார் இரண்டாயிரம் ரூபாய் கொடுத்து வாங்கிவந்தாரே, அதைத்தானே?
அதேதான் பாட்டையா... இன்னைக்கி அது வராதுபோல...
ஹாஹா!
ஹாஹா!
சமீன் மாடுக வராமே செல்லாயி சல்லிக்கட்டு நான் பார்த்ததில்லே.

அதான் பாட்டையா. விவரம் கேட்டுக்கிறோம். முதக்க இப்பத்தான் வாரோம்.
சமீன் மாடு வரும். வந்துக்கிட்டே இருக்கும்.
அங்கிட்டுப் பாரு. சமீன் ஆளுக... படையாத்தான் வருவாக.
ஜமீன் ஆட்கள் முண்டாசும் கம்புமாக வந்து நிற்கும் காட்சி தெரிகிறது.
மேடையில் பெரிய நாற்காலி ஜமீன்தாருக்கு. மற்ற இரண்டும் சப்-கலெக்டருக்கும் போலீஸ் சூப்பிரின்டென்டென்டுக்கும்.

வழி விடுங்க.
பெரியப்பட்டிக் காளைகள் வருகின்றன.
சமீன் காளைகள் வருது டோய்!
சிம்மம் கணக்கா இருபது காளைக வாரதைக் கண் கொண்டு பாரு தம்பி.
காளைகள் வருகின்றன. கழுத்தில் சலங்கை மாலை. கால் சதங்கை.
பூமி அதிரும்படியாகப் பெருமிதி போட்டுத் தூசியைக் கிளப்பிக்கொண்டு காளைகள் வருகின்றன.

தம்பிகளா
கேட்டுக்கிட்டுத்தான் இருக்கோம்.
அது கரம்பைக் காளை.
இத்தினி மாடு கொட்டுமுழக்கோடு போயிடுச்சு. அது?
காரியா? ஏன் அதுமேல விழப் போறியா?
இல்ல, பேருபெத்த மாடு, சும்மா, கண்ணாட்டுப் பாக்கலாம்னுதான்.
உங்க பக்கத்துல இருந்து வாங்கிட்டு வந்த காளைதான அது?

சமீன் கைக்கு வந்து ரண்டு வருசமா இந்த வட்டாரத்துலே அதுமேல விரல் வச்சவன் ஒருத்தன் இல்லே.
உங்க பக்கத்துல நடந்த சல்லியில ஒருத்தன் இருந்தான்...
அவன் பேரு...
அம்புலியச் சொல்றீங்களா?
அதுதான் அவன் பேரு. யமப்பய அவன்...

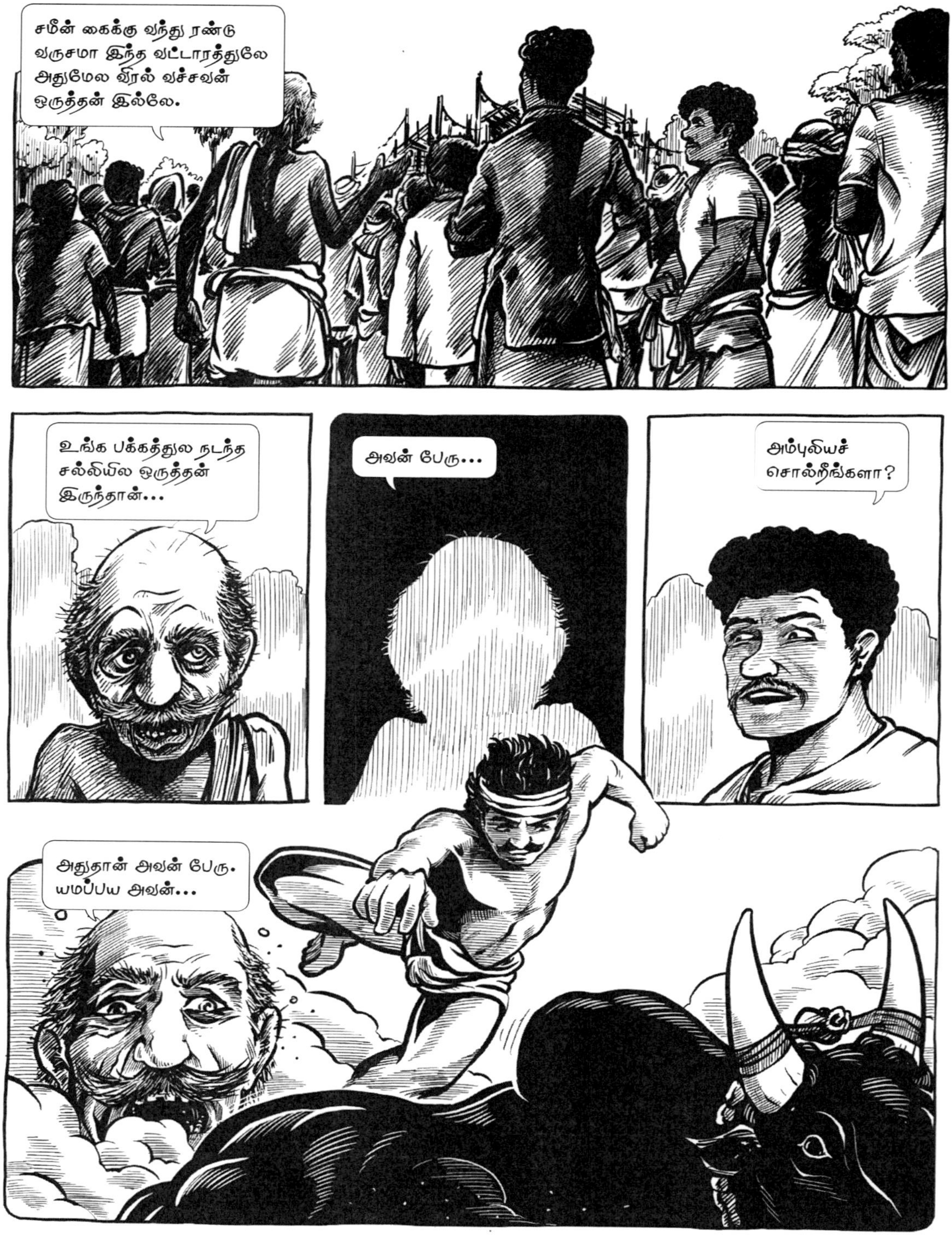

குத்துப்பட்டதுல...
உள்ளூர சீழ்
வச்சிருச்சாமே.
அவனோட போச்சு
அந்த சாத்திரமே.
பாட்டையா, அவரு
மகன்தான் இந்தப் பையன்.
அடப்பாவி மகனே...
அம்புலிக்குப் பிறக்கக்
குடுத்துவச்ச பயடா நீ.

பிச்சித் தம்பீ... மனுசனும் சரி, மாடும் சரி, வாடிவாசல்லே கண்ணீரு சிந்தப்படாது.
அதுவும் அம்புலியை அப்பனாப் படைச்சவனுக்கு.
வா. வந்து உக்காந்து வெத்தல போடுங்க.
அப்ப அப்பனோட வெத்தல போட்டேன்...
இப்ப மகனோட.

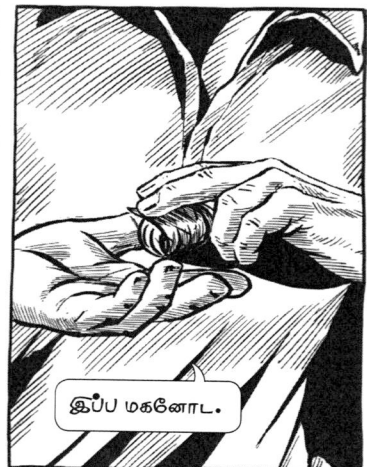

ஏ அம்புலி...
இரண்டாண்டுகளுக்கு முன் நடந்த உசிலனூர் சல்லிக்கட்டு.
காரியை எதிர்கொண்டபோது அம்புலிக்கு நாற்பது வயது.
பிச்சி, என்ன ஆனாலும் நீ குறுக்கே விழுந்திராதே.
பிச்சியின் மனதில் அந்தக் காட்சி தோன்றுகிறது.

அப்பன் ஆணைடா.
எனக்கப்புறம் இந்த வாடியெல்லாம் உன் ராச்சியந்தான்.
பொறுத்துக்க. காரி உனக்கு இப்போ இல்ல.
பையனை விட்டுடாதீங்க வாடிவாசல்லே.
காரியை நோக்கித் தன் அப்பா பாய்வதைப் பார்க்கிறான்.

அப்பா! அப்பா! நானும் வாரேன்!

பிச்சி... என் வயசுக்கு முடியல.
நீயாச்சும் அந்தக் காரியை அடக்கணும். நான் தொடங்குனத நீ முடிக்கணும்.

மாடு பிடிக்கத்தான் வந்திருப்பான்.
தகப்பனுக்கு மகன் சோடை போயிருவானா?
கிழக்கத்தி ஆளு. துடியாத்தான் இருப்பான்.
சமீந்தார் மாட்டைக்கூட ஒருகை பாப்பானா? அதப் புடிக்க இவந்தானா ஆளு? அண்டுப்பய.
கூட்டம் முழுதும் பிச்சியைப் பற்றிப் பேசுகிறது.
கொட்டுமேளம் கேட்டுப் பிச்சி எச்சரிக்கை ஆகிறான்.

ஜமீன் ஆட்கள் கூட்டத்தை ஒதுக்குகிறார்கள்.
சமீந்தாரும் சப்கலெக்டரும் பரிவாரங்களோட வர்ராங்க.
அதுதான் வாடிபுரம் காளையா?
அதோ!
சமீந்தாருக்குப் பின்னாடி பாரு தம்பி. ஒரு கரும்பய பிடிச்சுக்கிட்டு வாரான் பாரு.

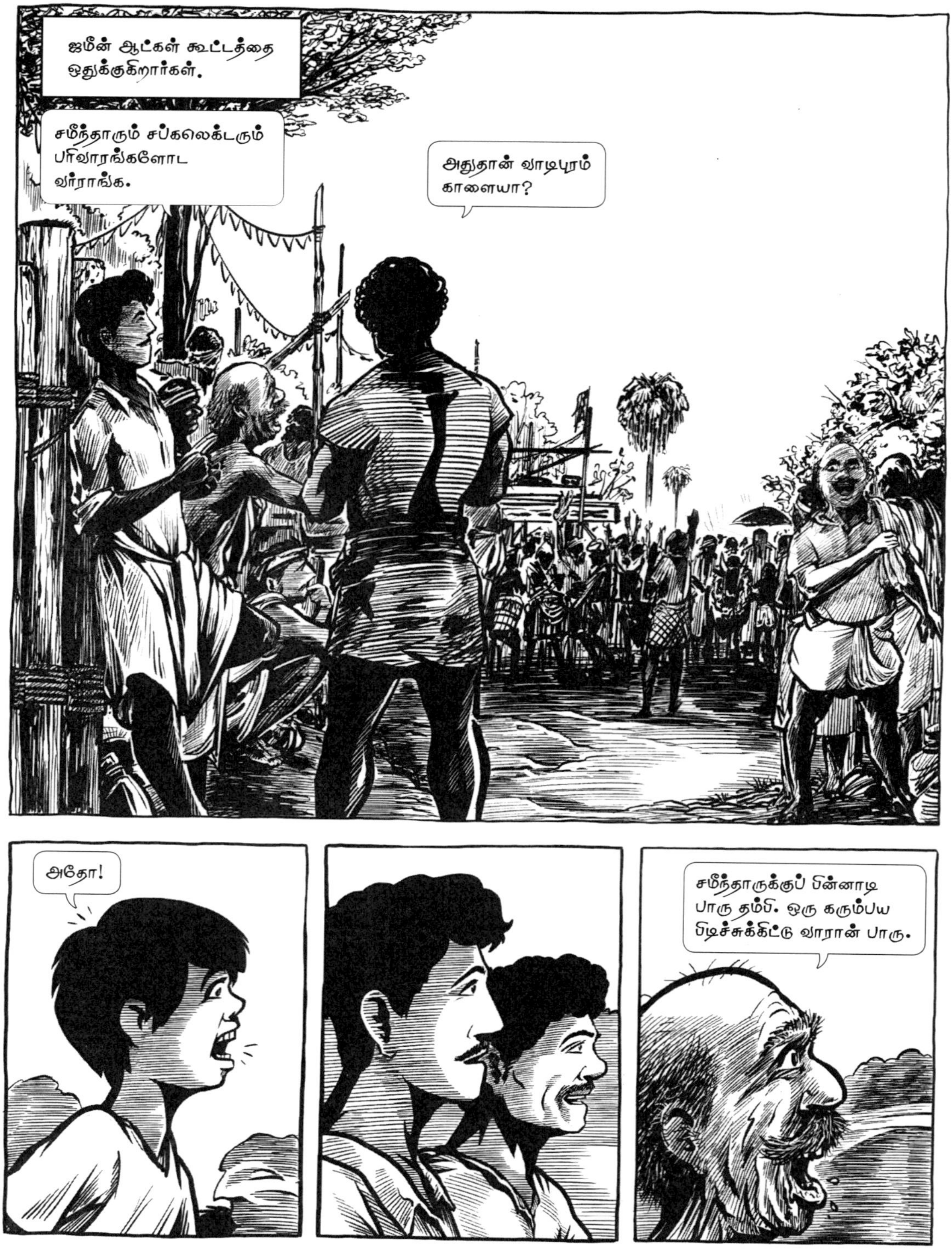

நல்லாப் பாரேன். உங்கப்பாரு கைபோட்ட மாட்டை!
பிச்சியும் மருதனும் காளையையே பார்த்துக்கொண்டிருக்கிறார்கள்.
இது ராட்சதப் பய மாடு.

காளையை ஓட்டி
வருபவன் அவர்களைக்
கடந்து செல்கிறான்.
காரி கூட்டத்தைக்
கடந்து செல்கிறது.
நிலத்தைச் சுற்றிவரும் காரி
வேகமாக மூச்சுவிட்டு
உறுமுகிறது.
அவுங்கப்பன்
சொல்லிச் செத்தாரு.
அவன் உப்புப் போட்டுச்
சோறு தின்னவன்.
அதன் கொம்புகளில் தன்
தந்தையின் ரத்தம் வடிவதை
பிச்சி நினைத்துப் பார்க்கிறான்.

பிச்சியும் மருதனும் காரியின் கம்பீரத்தையும் ஆற்றலையும் கண்டு பிரமிக்கிறார்கள்.

சமீந்தாரு மாடு வேற எப்படி இருக்கும்னு நெனச்சீக? வெறும் எலும்பும் தோலுமாவா?

மென்னகை செய்த பிச்சி, காளையைத் திரும்பிப் பார்த்தான்.

காரி தன் நடையைத் தொடர, கூட்டம் பின்னால் போகிறது.

ஜமீன்தார் காளையைப் பார்த்து பிரமித்து நிற்கிறார்.
பிறகு கூட்டத்தைக் கடந்து மேடைக்குச் செல்கிறார்.

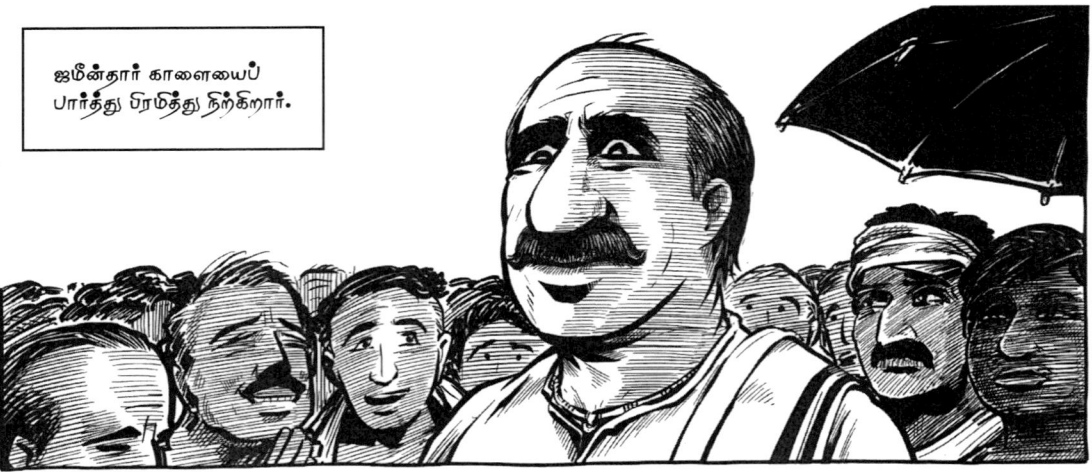

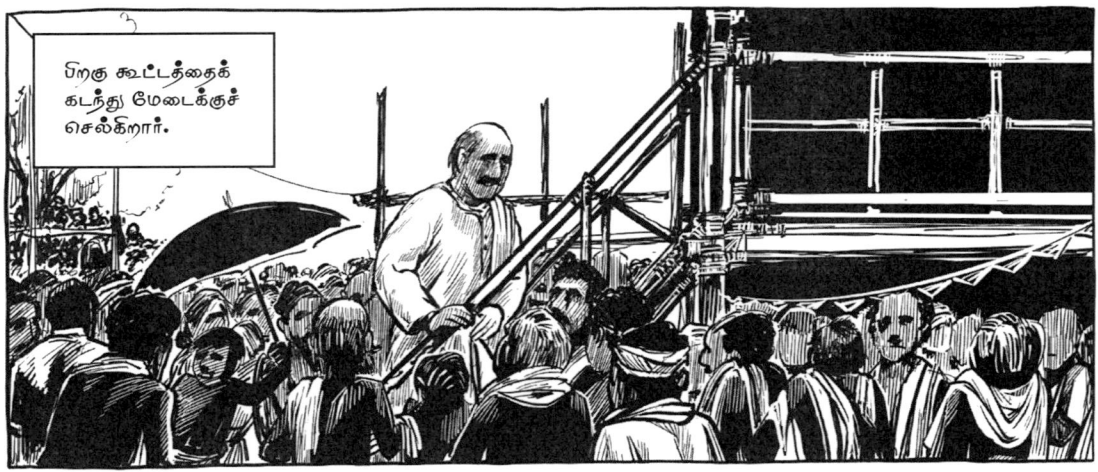

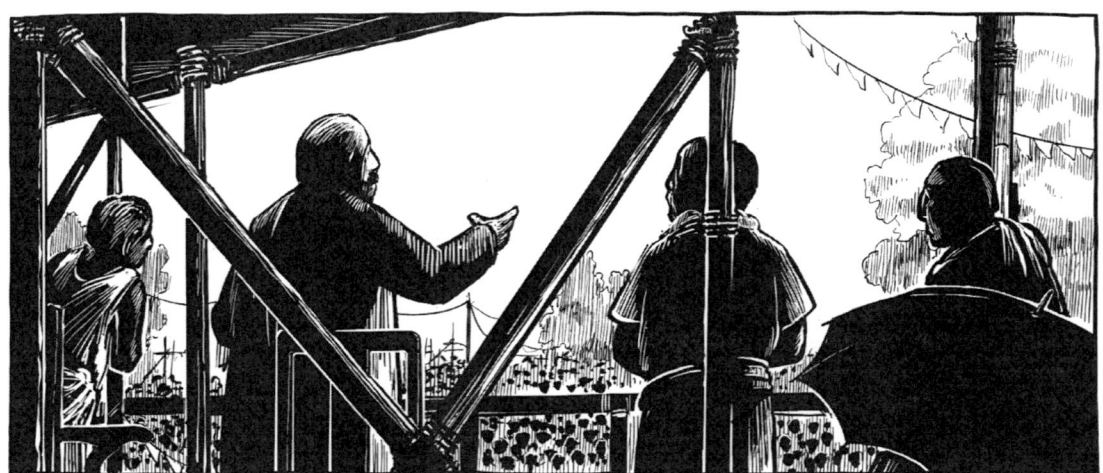

கொட்டு முழக்கம் ஒலிக்க, சிறுவன் காரியை நடுவில் கொண்டுவருகிறான்.
எல்லாரும் கேளுங்க! காரிக்காளை கொம்புக்கு நடுவே ரண்டு பவுனு தங்கமா இருக்குது.
காரியை அணஞ்சு அதை எடுத்துக்கிலாம். ஆம்பளயா இருந்தாப் புடிச்சிக்கோ. பொம்பளயா இருந்தா ஓடிப்போ.

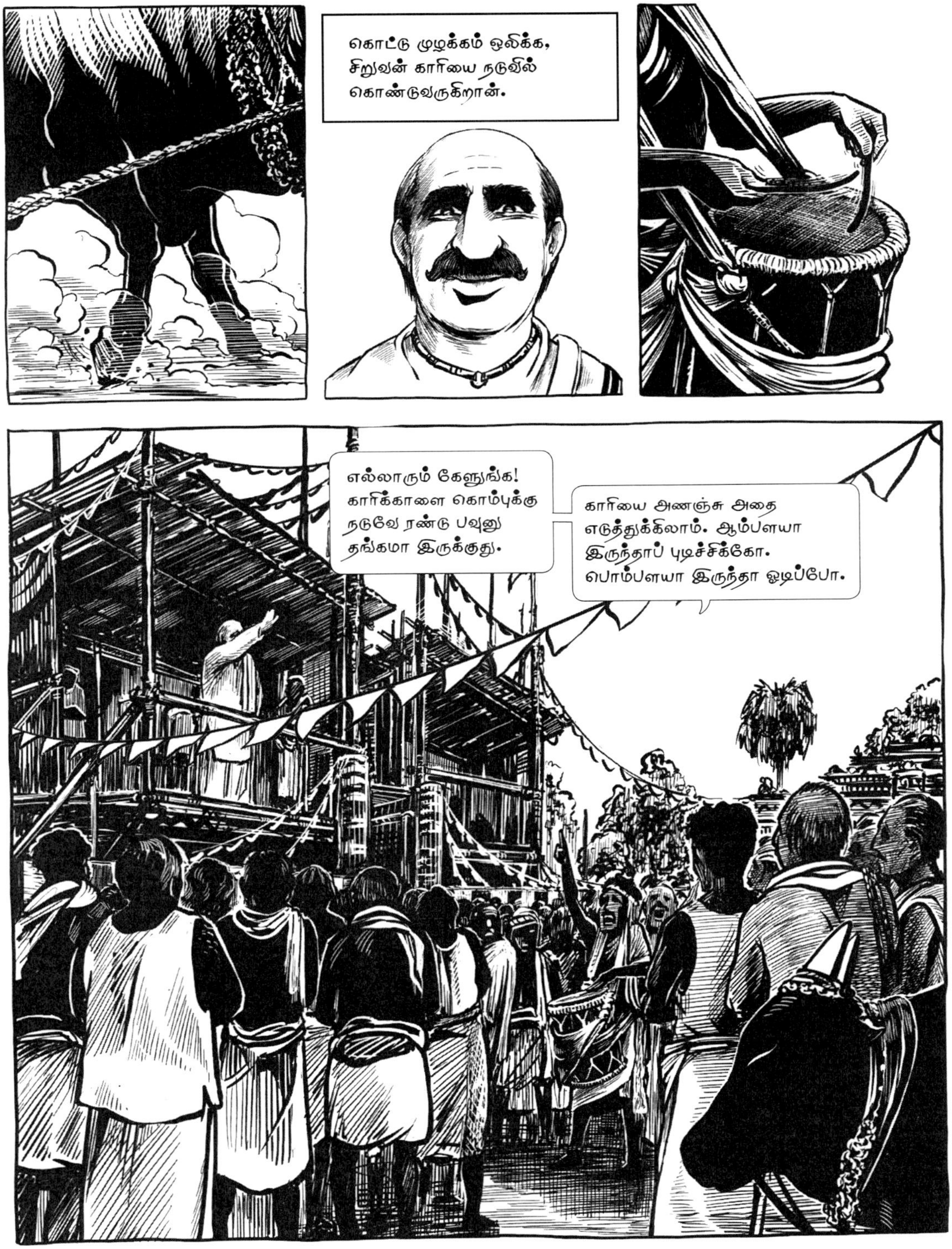

காளை தொழுவத்திற்குள் செல்கிறது. பிச்சி ஜமீன்தாரின் கண்களில் தெரியும் பெருமிதத்தைப் பார்க்கிறான்.

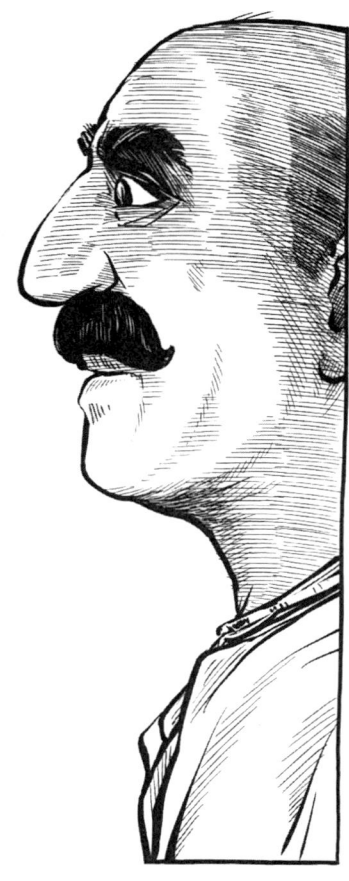

காரிய சுத்தி இருக்குற கூட்டத்தப் பாத்தியா?

இரண்டு பவுன் நகைக்கு ஆசைப்பட்டு எவன் தெரிஞ்சு உசிரை விடுவான்?

ம்ம்ம்...

பாத்துடலாம்.
என்ன தம்பி... விளையாட்டுக்குப் பேசறியா?
மாட்டுமேலே மனுசன் விழுறதே ஒரு விளையாட்டுத்தானே?
நல்லா ரோசனை பண்ணிட்டு காரியத்திலே எறங்கு. இந்தான்னு உசிரைக் கையிலே கொடுக்கிறது வேற.
பாட்டையா... உங்க புத்தி அத்தனையும் லட்சம் பெறும் எனக்கு.

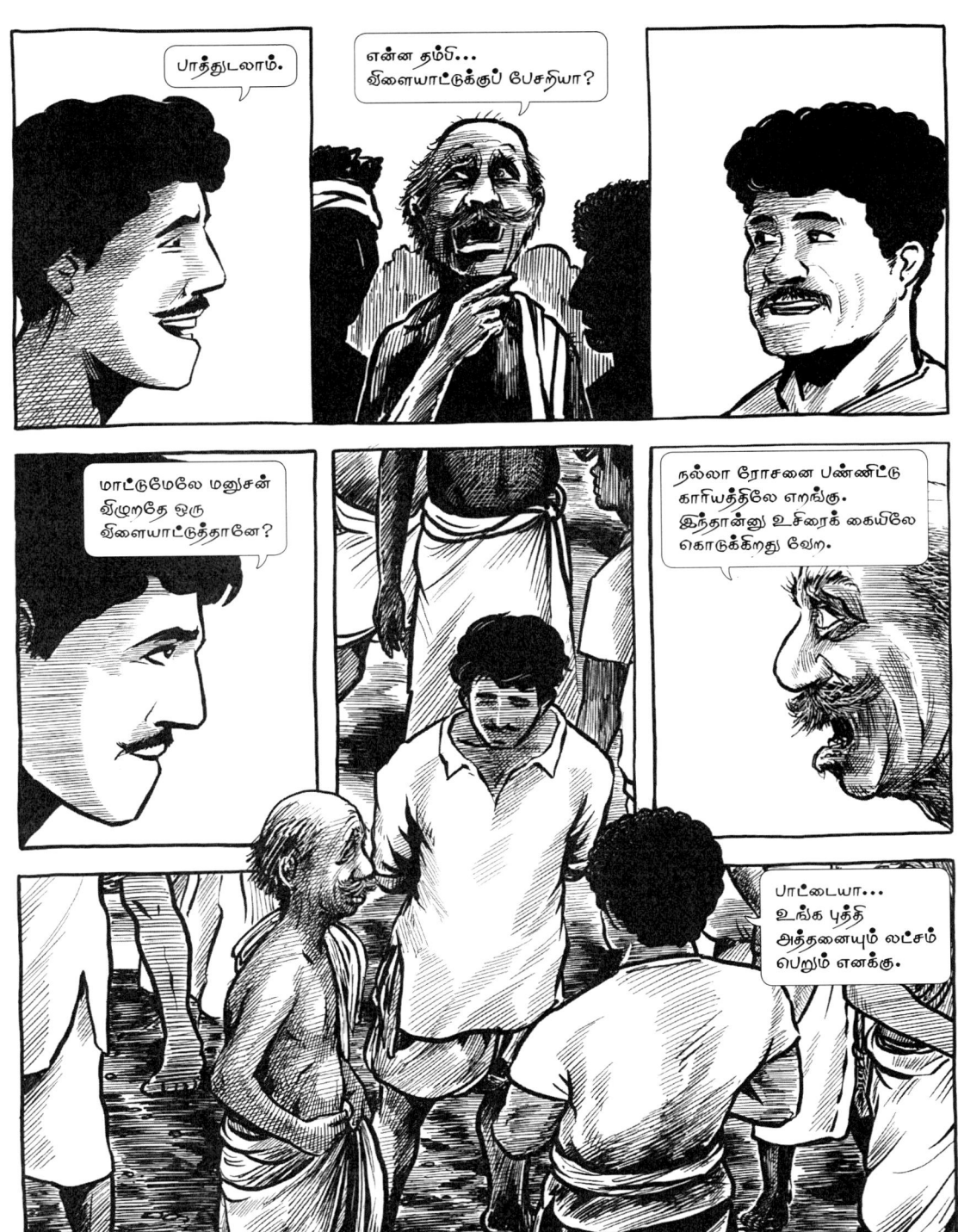

வாடிவாசல் திறக்கிறது. செல்லாய் கோயில் காளை முதலில் வெளியேறுகிறது.

அது சாமி காளை. அதை யாரும் பிடிக்கக் கூடாது.

ஹாய்...

ஹாய்...

கூட்டம் ஆரவாரம் செய்து வழிவிடுகிறது.

சல்லிக்கட்டு
தொடங்குகிறது.

காளைகளை ஒன்றன் பின்
ஒன்றாக விடுகிறார்கள்.
மாடணைபவர்கள் அவற்றை
விரட்டி ஓடுகிறார்கள்.

கூட்டத்தில் குழப்பம்.
கூட்டத்தினிடையே முண்டியடித்து முன்னேறி விளையாட்டை இன்னும் நெருங்கிப் பார்க்கிறார்கள்.

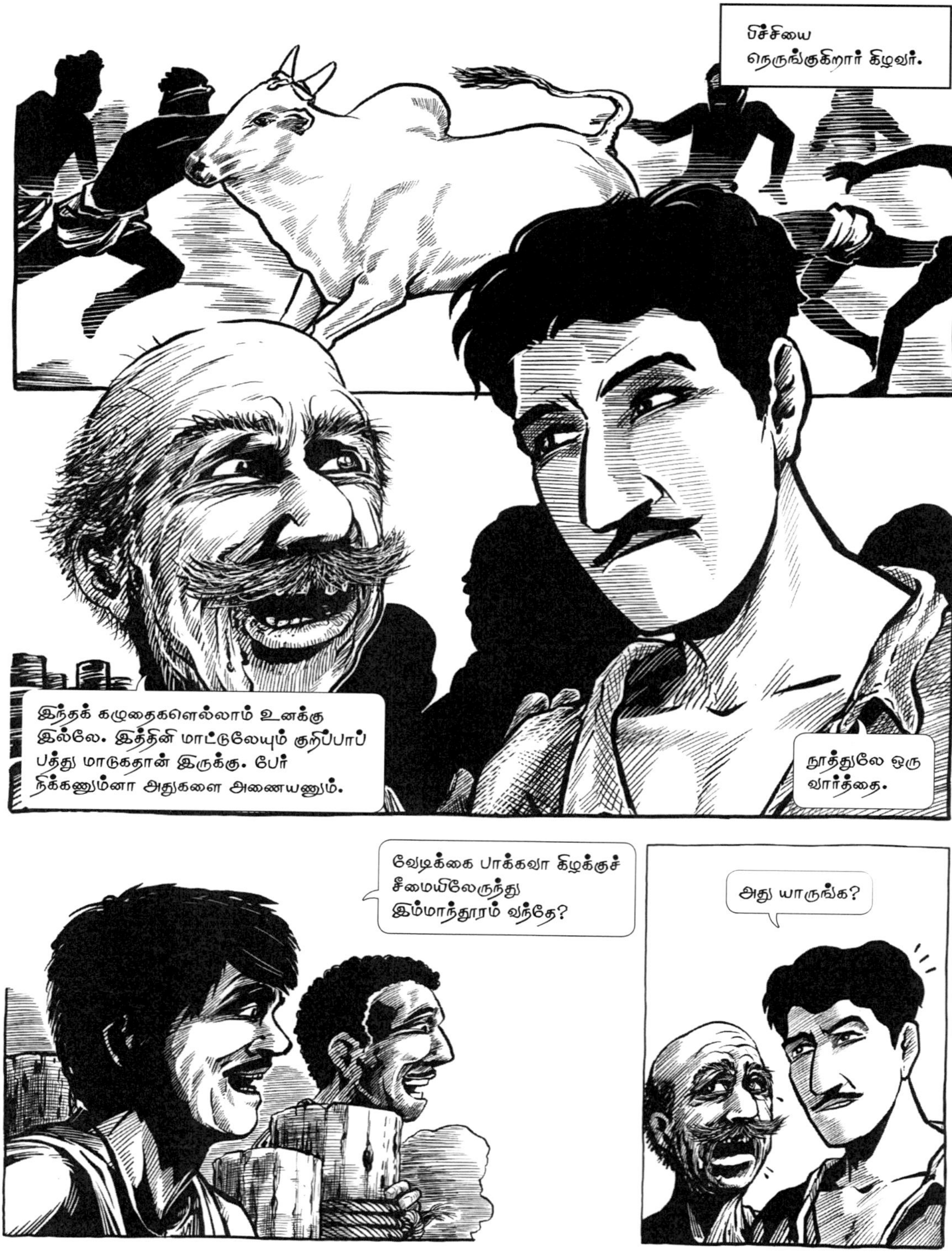

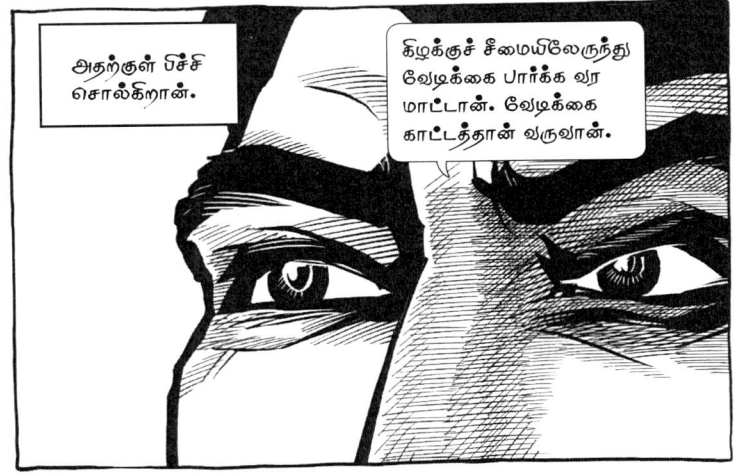

அண்ணே, முதக்க இப்பத்தான் சந்திச்சுக்கிடுறோம்.

அவன்தான் முருகு. பெரிய பிடுங்கி மாதிரி பேசுவான்.

நீங்களும் விளையாட்ட பாக்கதான் வந்துருக்கீய!

உங்கப்பனோட உன்னைப் பாத்திருக்கேன். சல்லிக்கட்டுக்கு வந்திருந்தப்போ.

நல்லாக் கேட்டே தம்பி!

முருகு கோபமாகிறான். ஏதோ சொல்ல வாயெடுக்கிறான்.

அதற்குள் பீச்சி சொல்கிறான்.

கிழக்குச் சீமையிலேருந்து வேடிக்கை பார்க்க வர மாட்டான். வேடிக்கை காட்டத்தான் வருவான்.

அப்பன் பெருமை பேசீட்டாப் போதுமா?
வாடிவாசல்லே விவகாரம் வேண்டாம் அண்ணே!
விவகாரம் கொம்புக்கும் கைக்கும்தான். மறந்துராதே தம்பி.
சல்லி இப்பத்தாண்ணே ஆரம்பிச்சிருக்குது, முருகண்ணே.

கிழக்கிலிருந்து வந்த பையன்களைப் பற்றிய பேச்சு கூட்டத்தில் அடிபடுகிறது.
பிச்சியும் மருதனும் களத்தில் இறங்கத் தயாராகிறார்கள்.
பில்லைக் காளை.
முருகு நீ பிடிச்சிக்கிரப்பா.
என்ன மாமா, என்னைக் கொம்பு சீவிவிடறே? பெரிய கை வந்திருக்கிறபோது...

பிச்சி மருதனைப் பார்க்கிறான். மருதன் பாய்கிறான்.
அதேசமயம் முருகுவும் காளையைப் பிடிக்கப் பாய்கிறான்.
முருகன் பிடிக்கட்டும் என்று சொல்லிக் கிழவர் மருதனைத் தடுக்கிறார்.

கொம்பைப் பிடிக்க முடியாமல் முருகு தடுமாறுகிறான். கிழவர் அவனைச் சீண்டுகிறார்.

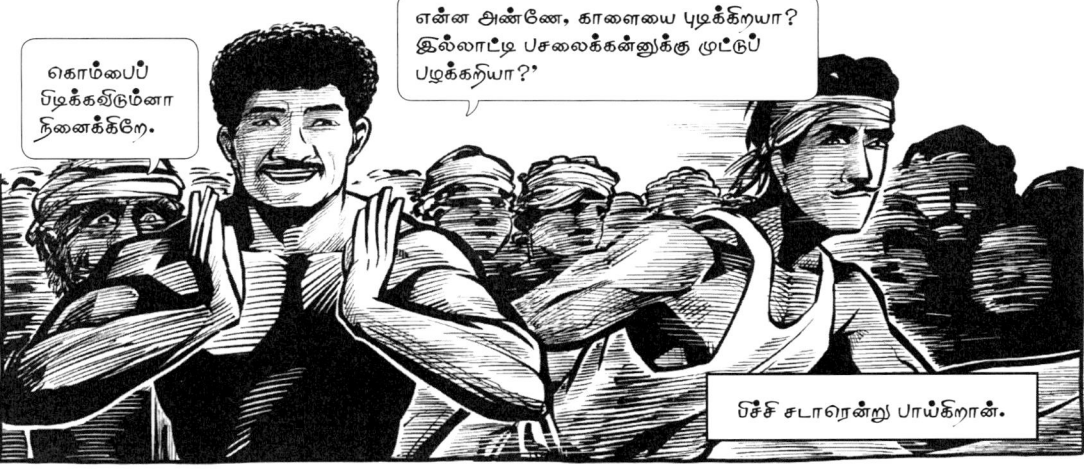

கொம்பைப் பிடிக்கவிடும்மா நினைக்கிறே.

என்ன அண்ணே, காளையை புடிக்கிறயா? இல்லாட்டி பசலைக்கன்னுக்கு முட்டுப் பழக்கிறயா?'

பீச்சி சடாரென்று பாய்கிறான்.

ஒரு நொடியில் காளையைத் தன் கட்டுக்குள் கொண்டுவருகிறான்.
முருகு அண்ணே, கொம்புல இருக்கறதை நீ அவுத்துக்க.
என்ன, பேசாமே நிக்கிறே? வாணாமா?
சரி போ!
கொம்புகளை எதிர்த்திசைப் பக்கம் தள்ளிவிட்டுப் பின்பக்கம் பாய்ந்தான் பிச்சி.

கூட்டம் மலைத்து நின்றது.
பில்லைக்காளை பிடிபட்டுப் போச்சு.
முருகு அண்ணே, முகத்தைப் பாக்கணுமே!
அவன் ஏரைப் பிடிச்சு உழத்தான் லாயக்கு!
ஏ முருகு, எந்த முகத்தோடே சமீந்தாரைப் பாப்பே?
பிச்சி, நீ செஞ்சது நியாயம் இல்லப்பா
எப்படி நீ அவன கூப்பிட்டு பவுன அவுக்கச் சொல்லலாம்?
பாட்டையா, அது என் மாடு இல்லயே.
அது அவரோடது.

காளைகள்
வந்துகொண்டிருக்கின்றன.
விளையாட்டு
தொடர்கிறது.
திட்டிவாசலிலிருந்து
பறந்து வந்த ஒரு பெரிய
உருமாத்துணி பிச்சிமீது
வந்து விழுகிறது பரிசாக.

பிச்சி!
பிச்சி! உன்ன சமீந்தாரு கூப்பிடுறாரு!
சமீந்தாரு கூப்பிடுறாரு!
பிச்சி மரியாதையோடு புன்னகைத்து ஜமீன்தாரை வணங்குகிறான்.
ஜமீன்தார் ஐந்து ரூபாய் நோட்டைத் தருகிறார்.
சரி, போ. மாடுகளை நல்லாப் பிடி. உசிலனூரா உனக்கு?
சரிங்கையா. அப்படியே செய்யறேன்.

ரூபாய் நோட்டை வாங்கித் தன் பைக்குள் வைக்கிறார் கிழவர்.
யமப்பயாடா நீ.
கொரால் காளை வருது.
மருதா!
காளையைக் கண்டதும் மற்றவர்கள் பின்வாங்க, பிச்சியும் மருதனும் பாய்கிறார்கள்.
கொராலின் கொம்புகள் சிறிதாக இருக்கின்றன.
மருதனால் காளையைப் பிடிக்க முடியவில்லை.

பிச்சி அதன் காலைப் பிடித்து இழுக்கிறான்.
தடுமாறிய காளை இடது பக்கமாகச் சரிகிறது.
கொம்பை வேகமாகப் பற்றும் பிச்சி அதில் இருக்கும் உருமாலைப் பறிக்கிறான்.
கோபத்துடன் சீறி எழும் காளை கூட்டத்தை நோக்கிப் பாய்கிறது.

பிச்சியை நோக்கி ஓடி வந்த கூட்டம் அவனை அப்படியே குண்டுருட்டாகத் தூக்கிக் கொள்கிறது.
உடையடிச்சு ஒழவுல கட்டுங்கடா.
கொராலு சாணி போட்டுக்கிட்டுப் போகுது டோய்.
பொழிச்சலுக்குக்கூட லாயக்கில்லே.
ஜமீன்தார் மீண்டும் அவனை அழைக்கிறார்.
ஜமீன்தார் பத்து ரூபாய் நோட்டு ஒன்றைத் தருகிறார்.
பிறர் தோள்மீது இருப்பதில் பிச்சி கூச்சம் அடைகிறான்.
டேய், காரியைப் புடிச்சுப் பாக்கறியா?
உறுதியாச் சொல்ல முடியாதுங்க. நோக்கம் பாத்துக்கிடணுங்க.
சரி, போ. மாடுகளைப் புடி.

ஞாபகம் இருக்கா எசமான்...

உசிலனூரு சல்லிக்கட்டுலே காரி மேல ஒருத்தன் விழுந்து செத்தான்னு பேச்சு இருந்ததே,
அவன் மகனாம் இந்தப் பய. அதைப் பிடிக்கத்தான் வந்திருக்கானாம்.
அவன்தான் நெஞ்சைத் திறந்து எங்கிட்டவே பேசிட்டானே.

தம்பி, சமீந்தாரு முகத்தைக் கவனிச்சியா? காரிக்காளையை வெச்சுத்தான் அவருக்கு எல்லாம்.
ஆமா, முகத்திலே போட்டுக்கிட்டாரு.
காரியைப் பத்தி உங்களுக்குத் தெரியாததை நான் சொல்லீரப் போறதில்ல.
செல்லாயி ஆத்தா உங்கள காப்பா.
காரிக் காளை வந்துருச்சி!
கறுப்புப் பிசாசு.
ராட்சசக் காரி.

கூட்டம் கலைந்தோடுகிறது. மாடணைகிறவர்களிலும் ஓரிருவர் மட்டும் நிற்கின்றனர்.
கிழக்கத்தியான் காரியைப் பிடிக்கப் போறான்!!
பய செத்தான்!
செல்லாயி வாடியிலே அவனுக்கு முடிவு போட்டிருக்கு!
ஜமீன்தாரைப் பொறுத்தவரை காரி நந்திதேவன்.
பாவிப்பய.
பிச்சி ஜமீன்தாரைப் பார்த்துக் கும்பிடுகிறான்.
அந்தச் சிறுவனுக்கு மட்டுமே காரி கட்டுப்படும்.

இந்தக் காளய புரிஞ்சுக்கிடறது சுலபமில்ல.
தயாரா இரு.
கிழக்கத்தியான் பம்மீட்டான். சும்மா ஆர்ப்பாட்டக்காரனுங்க!
அவ்வளவுதான் பய.
சும்மா உளறாமே பாருங்க. மாட்டு மேல எப்படி விழணும்னு அவன் ரத்தத்திலே ஊறிக் கிடக்கும்.
மாட்டைத் திட்டிவாசல் விளிம்பில் நிறுத்திவிட்டுச் சட்டென்று ஓடுகிறான் சிறுவன்.

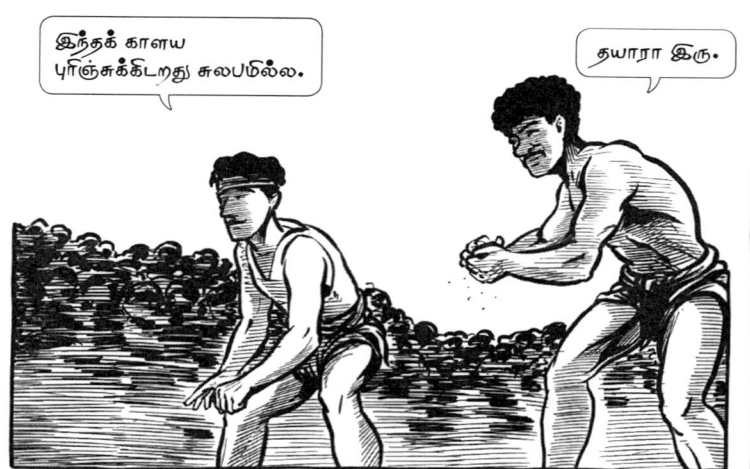

காரி வருகையில் கூட்டத்தினர் வாயை மூடிக்கொள்கிறார்கள்.
இது நின்னுகுத்திக் காளை.
ராஜாளி மாதிரி.
இதையா கிழக்கத்தியான் பிடிக்கப் போறான்?

முருகு காளையின் பின்பக்கமிருந்து
சத்தம் எழுப்புகிறான்.
டுர்ர்...
காளை சுற்றிச் சுழன்று
பிச்சியை நேருக்கு நேர்
எதிர்கொள்கிறது.
முருகு... நீயா இந்த வேல செஞ்ச?
காளைய உசுப்பேத்திட்ட.
நீயும் ஒரு மாடு
அணைகிறவனா?
சமீந்தாருக்கு நல்ல பேரு
வாங்கிக் கொடுத்தேடா நீ!
கூட்டம் கிழவர் சொல்வதை
ஆமோதிக்கிறது
நாயைப் போய் நடுவூட்டிலே
வச்சாரு பாரு.

ஆனால் பிச்சி
அசராமல் நிற்கிறான்.
காளையின் மீதே பார்வையைச்
செலுத்துகிறான்.
ஜமீன்தார் பார்வை
பிச்சியின் மேலிருக்கிறது.
பிச்சியும் மருதனும்
அசைவார்களா எனப் பார்த்தபடி
இருக்கிறது காளை.
காளையைக் குழப்புவதற்காகத்
திடுமென இருவரும் கூட்டத்தின்
இருதிசைகளில் பாய்கிறார்கள்.

பிச்சி பக்கம் சுழன்று அவனுக்கு நேராக வருகிறது காளை. பிச்சி அசையாமல் நிற்கிறான்.
மாடா அது? மனுசனா இல்லே வேல காட்டுது?
கூட்டம் மெதுவாக ஆரவாரம் செய்யத் தொடங்குகிறது.
காரி தரையைப் பிறாண்டி மண்ணைக் கிளறிவிடுகிறது.
பிச்சி சமிக்ஞை செய்ததும்
மருதன் குரல் எழுப்புகிறான்.
டுர்ரீ...
காளையின் வாலை இழுத்துவிட்டு ஓரத்தில் போய் நிற்கிறான்.

காளை சடக்கெனத் திரும்புகிறது.
மருதன் கூட்டத்தோடு
அசையாமல் நிற்கிறான்.
பிச்சி
முன்னேறுகிறான்.

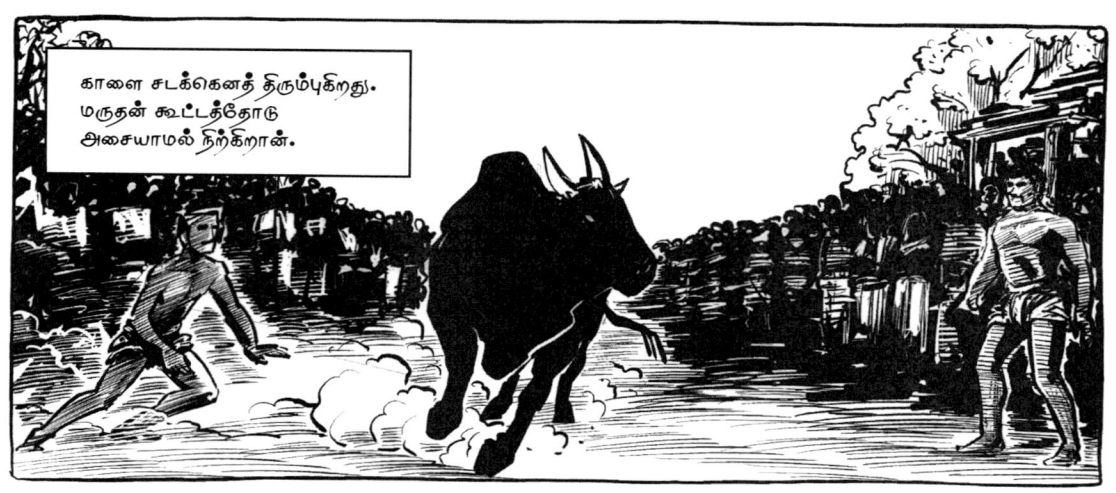

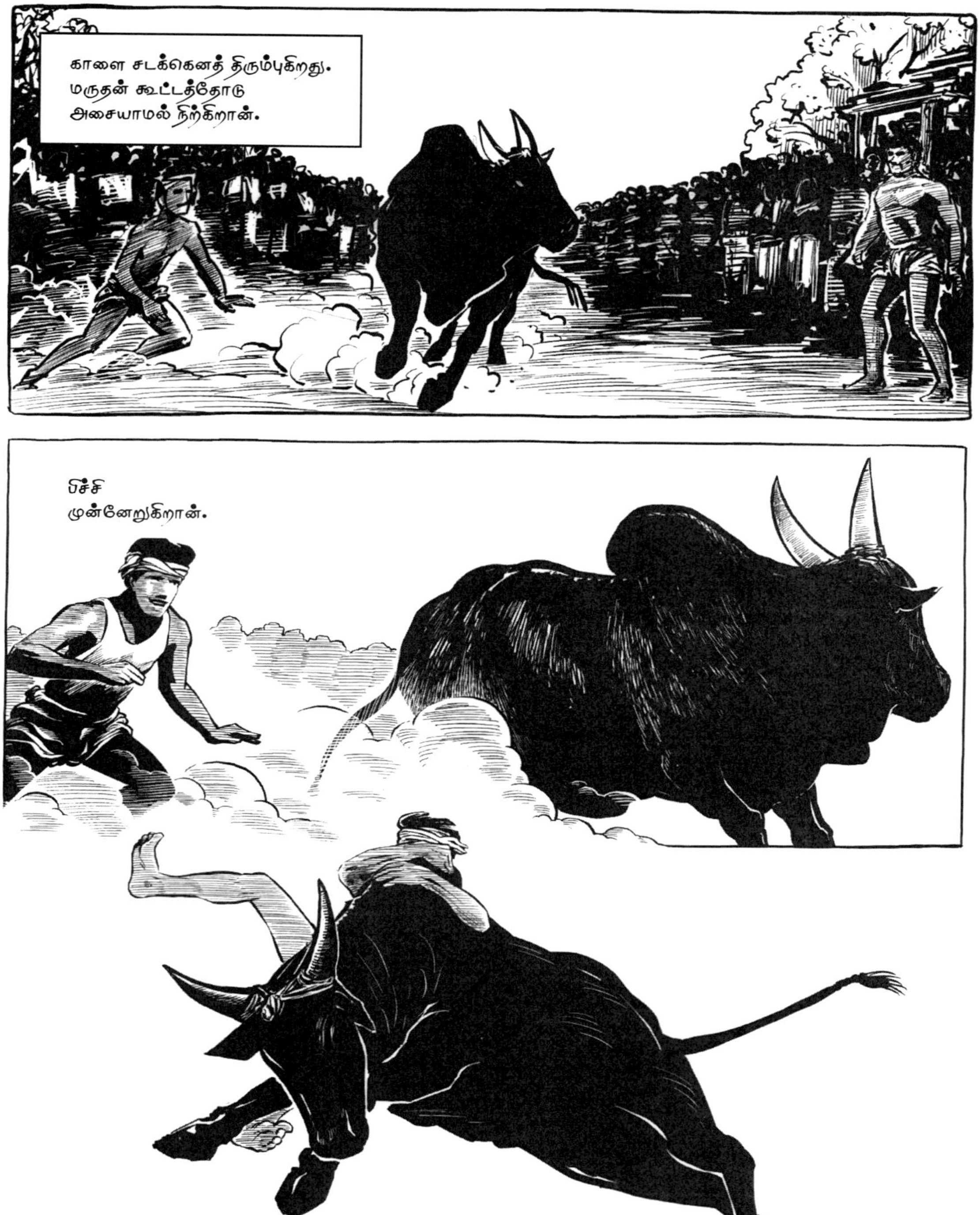

பிச்சியைத் தாக்கக் காளை திரும்புகிறது. பிச்சி தயாராக இருக்கிறான்.

காளையின் கொம்பைப் பிடித்துத் தள்ளுகிறான்.

பிச்சியைக் கீழே தள்ளக் காளை எகிறுகிறது.

ஆளு உயரத்துக்கு எகிறுது!
விராலு மாதிரி துள்ளுதுடா!
குதிரை கணக்கா எறியப் பாக்குது!

கீழே இறங்கும் காளை பிச்சி கால்களை ஊன்றும் முன்பே மீண்டும் உயரே எழும்புகிறது.

பிச்சி பலத்தையெல்லாம் திரட்டிக் காளையைப் பிடித்துக்கொள்கிறான்.
ஒரு தவ்வுக்கு நின்றுவிட்டான்.
பிச்சி, பிடியை உட்றாதே.

காளை கீழே
இறங்கியபோது பிச்சியின்
கால்கள் தடுமாறுகின்றன.
நல்லா புடிச்சுக்கோ தம்பி!
புடிய உட்டுராத தம்பி!
ரெண்டாவது தவ்வுக்கும் நின்னுட்டான்.

பிச்சி நிலைக்கும் முன்பே காளை மறுபடியும் தவ்வி உயரே எழும்புகிறது.
காளையும் சளைக்குது. மூன்றாவது தவ்வுலே உயரமில்லே.

இன்னும் கொஞ்ச நேரம்தான் பிச்சி! காரி உன்னோடது.

மூன்றாவது தவ்வில் காளை தடுமாறுகிறது. பிச்சி கொம்பை விடாமல் தன் பிடியைத் தளர்த்துகிறான்.

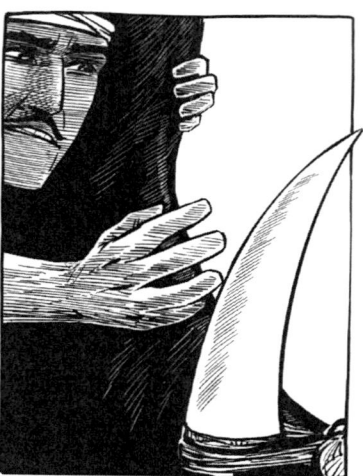

பிச்சியும் காளையும் புழுதி மண்டலத்துக்குப் பின்னால் மறைந்துவிடுகிறார்கள்.
பிச்சி, என் மகனே!
ஜமீன்தார் நாற்காலியில் முன்னகர்ந்து பதற்றத்துடன் பார்க்கிறார்.
மூணு தவ்வுக்கு நின்னுட்டான்.
இனிமேதான் மோசம் வரப்போகுது.
ஐயோ, கொலைதான்.

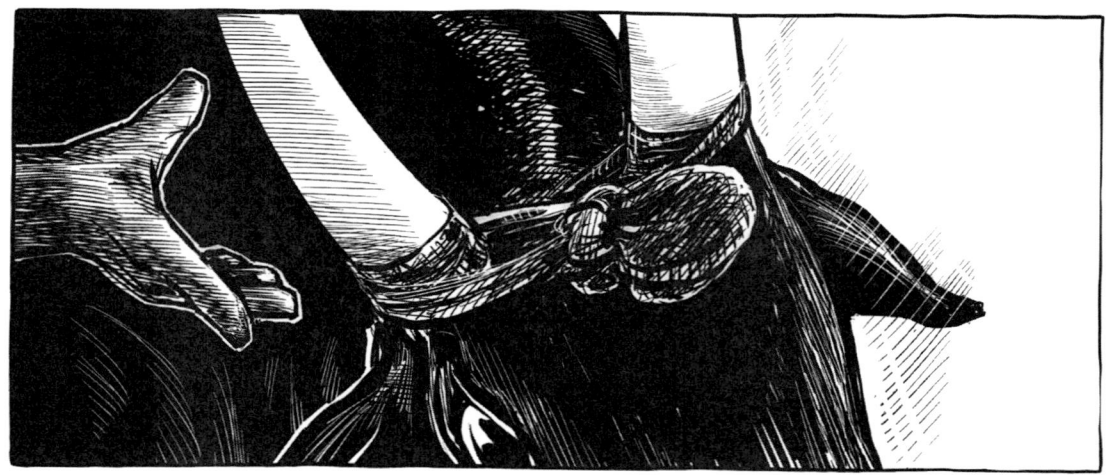

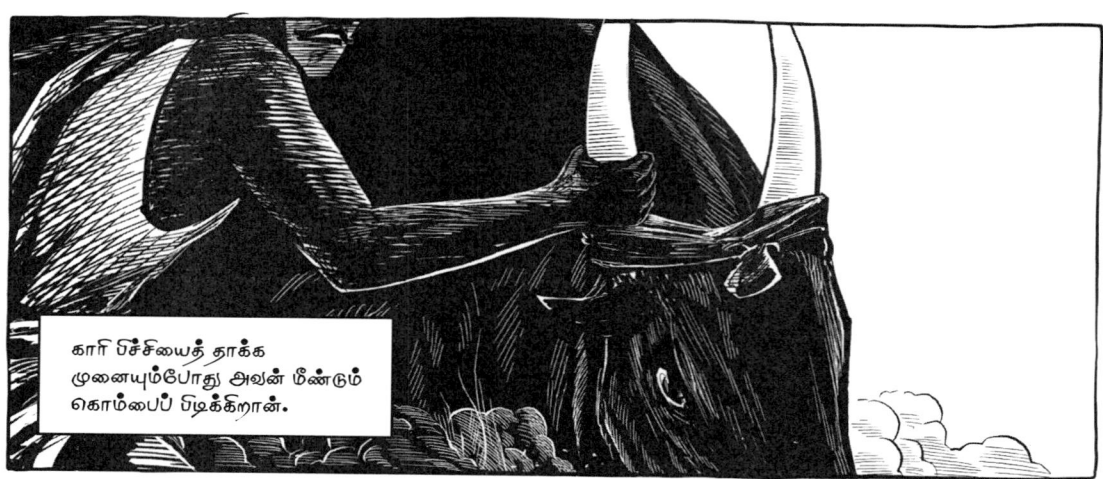

காரி பிச்சியைத் தாக்க முனையும்போது அவன் மீண்டும் கொம்பைப் பிடிக்கிறான்.

காளை கிறுகிறுவென்று சுற்றத் தொடங்குகிறது.

எவ்வளவு கபடம் வெச்சுக்கிட்டு இருக்குது.
கொடை ராட்டினம் மாதிரி சுத்துது.

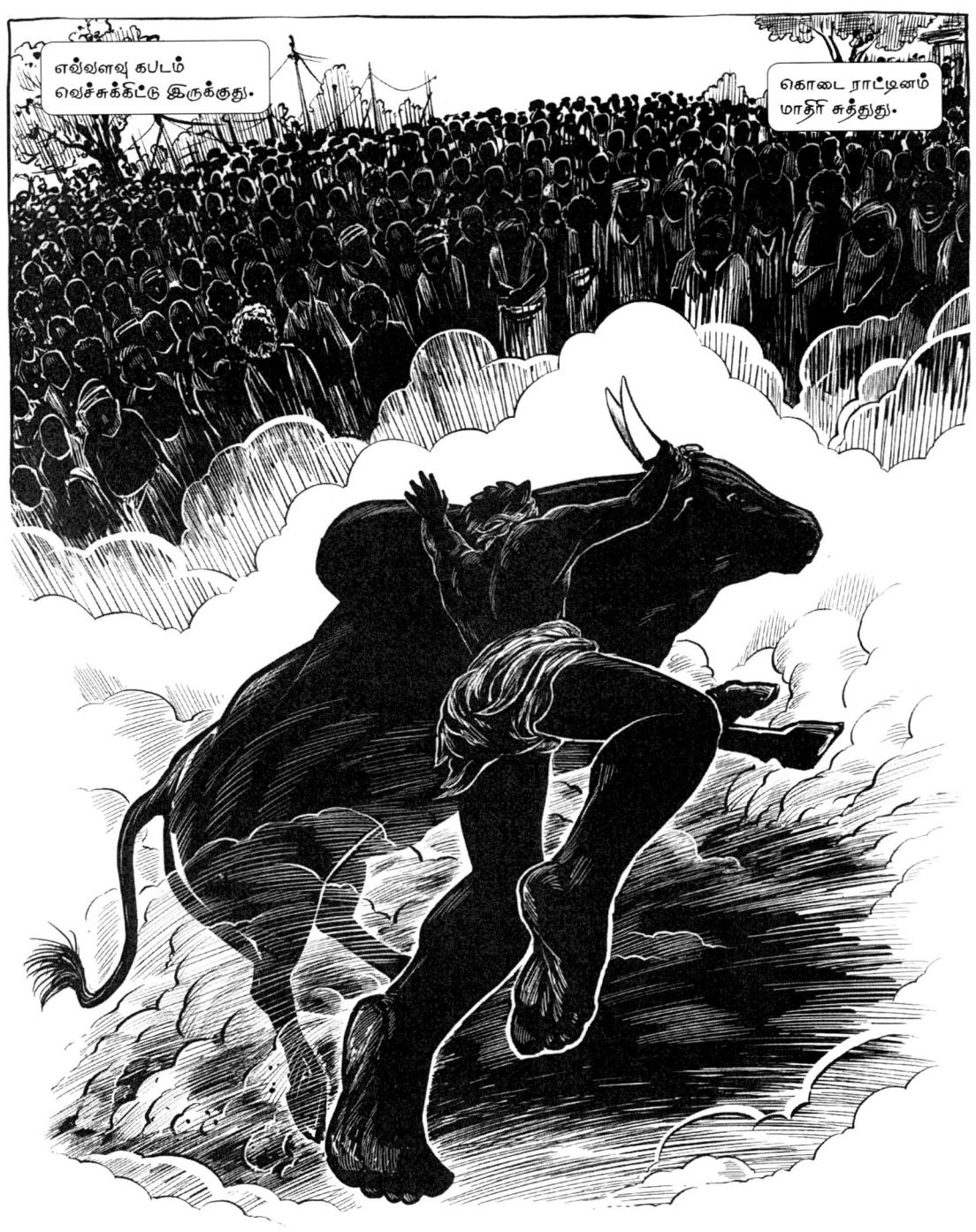

பிச்சி, விடாதே. காளை மசங்குது.
காளையின் சுற்று வேகம் குறைகிறது. அது ஒரு கணம் நிற்கிறது.
தலையை உயரே தூக்கி மூச்சுவிடுகிறது காளை.
பிச்சி வாய்ப்பைப் பற்றிக்கொள்கிறான்.
இரண்டு கொம்புகளையும் அழுத்திப் பிடிக்கிறான்.

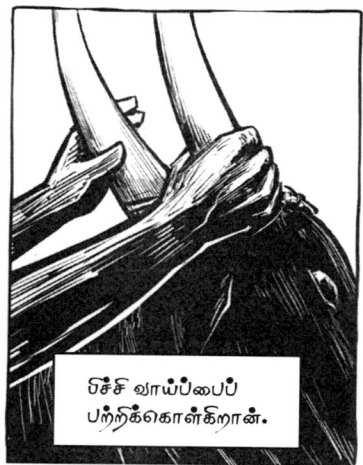

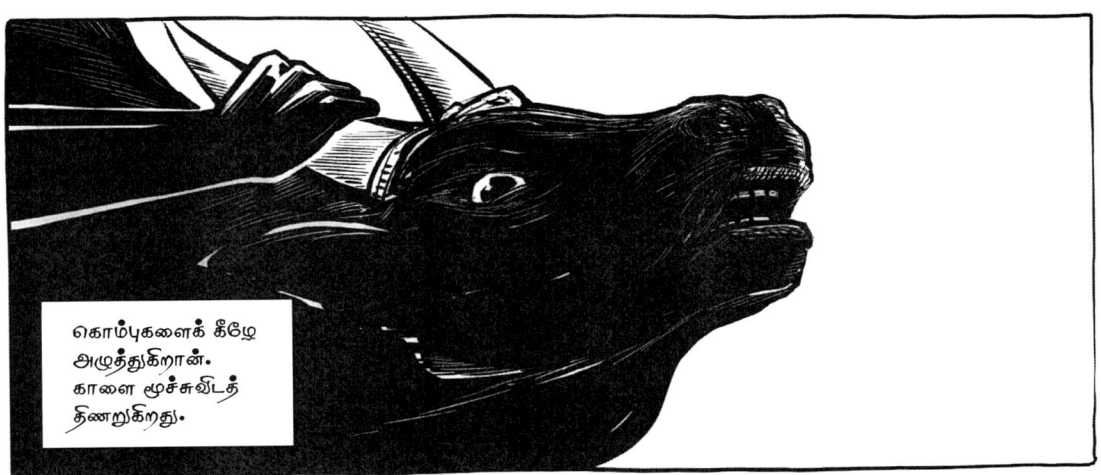

கொம்புகளைக் கீழே அழுத்துகிறான். காளை மூச்சுவிடத் திணறுகிறது.

காரி வாயைப் பிளந்திருச்சுடா!
கிழக்கத்தியான் வெண்டெடுத்துட்டான்.
வாலைக் கவட்டைக்குள்ள கொடுத்துக்கிட்டு நாய் மாதிரி நிக்குது பாரு.

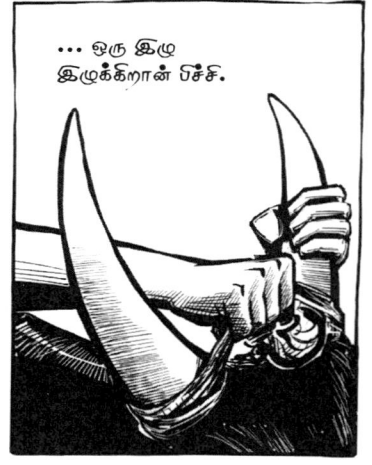

உருமாப்பட்டைக்கு
அடியில் கை கொடுத்து
... ஒரு இழு
இழுக்கிறான் பிச்சி.
மெடல், நகைகள்
கோத்திருந்த
சங்கிலியுடன் பட்டுத்துணி
கைக்கு வந்துவிடுகிறது.
காளையை
எதிர்ப்பக்கமாகத்
தள்ளிவிட்டு எகிறிப்
பின்னால் பாய்கிறான்.

  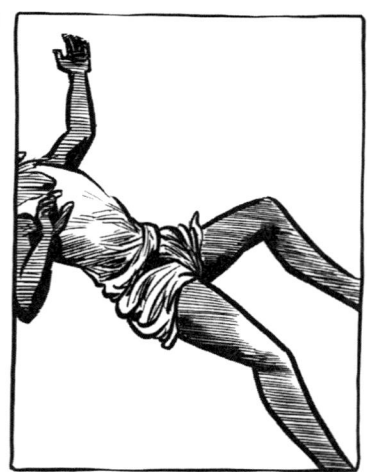

பாய்ச்சலில் கால் தடுமாறிச் சமாளிக்க முடியாமல் மல்லாந்து விழுந்துவிடுகிறான்.

பரிசுப் பொருட்கள் கீழே விழுகின்றன.

ஐயோ காளை திரும்பிருச்சிடா.
யாராவது காளைய வெரட்டுங்க.
காளையின்
கவனத்தை இழுக்கப்
பார்க்கிறான் மருதன்.
ஆனால் பிச்சியை நோக்கிப்
பாய்கிறது காளை.
டுர்ரீ டுர்ரீ ! ஹோ!!

பிச்சி முதுகால் கால் வட்டம்
அரைத்துத் திரும்பி, காளையின்
அடி மூக்கில் இரண்டு காலையும்
சேர்த்து உதைக்கிறான்.
பிச்சி கொம்புகளைப் பிடித்துத்
தள்ளுகிறான். ஆனால் காளையின்
பளுவால் அவன் கைகள்
தளர்கின்றன.

காளை அவனைப் பூமியில் தேய்த்தபடி முன்னேறுகிறது.

காளையை யாராவது போய் வெரட்டுங்க!

மருதா மருதா!

பிச்சியைக் காப்பாற்றுவதற்காக விதிகளை மீறி மருதன் காளையின் வாலைப் பிடித்து இழுக்கிறான்.

காளை வால்பக்கம் திரும்பத் தலையை உயர்த்துகிறது. பிச்சிக்குத் தப்பிப்பதற்குச் சிறு வாய்ப்பு கிடைக்கிறது.

அவன் எழுந்து நிற்பதற்குள் காளை திரும்பி அவனைத் தாக்குகிறது. தொடையில் கொம்பு பாய்கிறது.

பிச்சிக் கீழே கிடக்க, காளை மருதனைச் சுழற்றிக் குத்தச் சுற்றுகிறது.

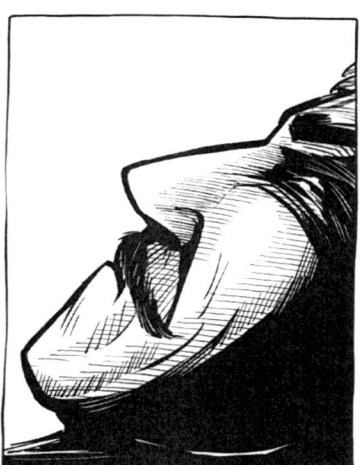

வால் பிடியோடு மருதனும் சுற்றுகிறான். மாடும் அவனும் ஐந்தாறு சுற்றுகள் சுற்றுகிறார்கள்.

கூட்டத்தினர் பிச்சியை அகற்றிக்கொண்டு செல்கிறார்கள்.

தன் நண்பன் பாதுகாப்பாக இருப்பதைக் கண்ட மருதன் வாலைத் திருகி வலுவாகச் சுண்டி இழுக்கிறான்.

பிறகு வாலை விட்டுவிடுகிறான்.

காரி மண்ணைக் கிளப்பி வாரி
அடிக்கச் செய்து ஆக்ரோஷமாக
முன்னும் பின்னும் நிலைக்காமல்
ஆடிக்கொண்டிருக்கிறது.

தூக்கு தூக்கு...
ஆஸ்பத்திரிக்கு!
பிச்சி அபாய கட்டத்தைத்
தாண்டிவிட்டான். அவன்
கண்கள் யாரையோ
தேடுகின்றன.
இந்தா இருக்கேன் பிச்சி.
பழி வாங்கிட்டே பிச்சி.
அப்பன் மானத்தைக்
காப்பாத்திட்டே.
ஆமா, அப்பன் மனசு
குளிர்ந்திருக்கும்.

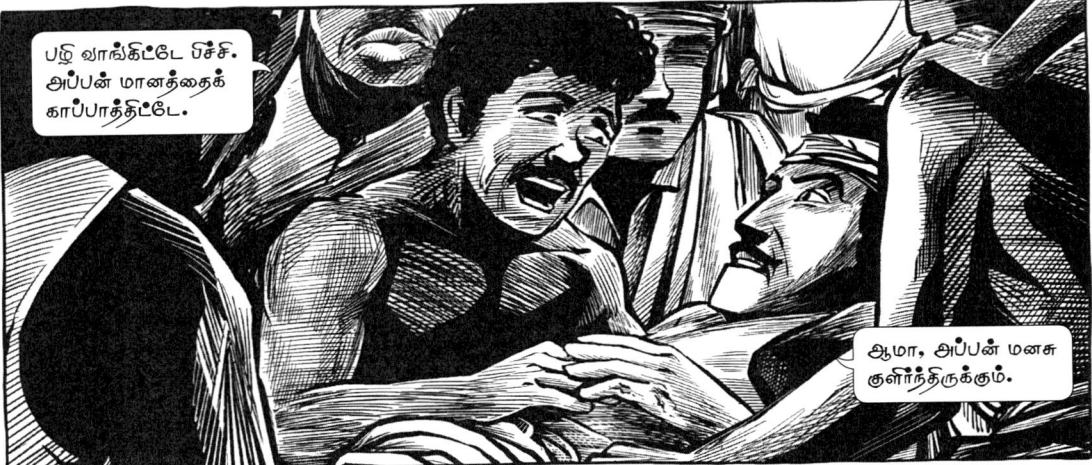

உன் ஆயுசுக்கும் இது போதும்.
தலைமுறைக்கும் நிக்கும்னு சொல்லு.
அதெல்லாம் எங்கே?
எங்கே மெடலு? பட்டு உருமா எல்லாம்?
இங்க இருக்கு. இங்க இருக்கு.
நீ மனுசனுக்குப் பொறக்கல்லேடா. புலிக்குப் பொறந்த பய.
பாட்டையா, எல்லாம் உங்க அனுக்கிரகம்தான்.

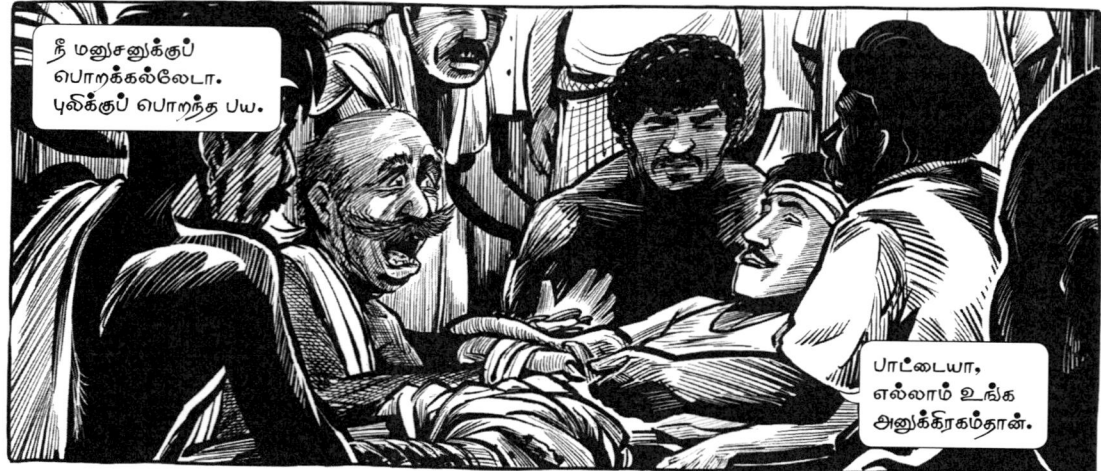

அசட்டுப் பையா, மனுசனுக்குக் கிரீடம் வெச்சுப் பேசாதே. எல்லாம் ஆத்தா கண்ணுடா. அவ பேரைச் சொல்லிக் கும்பிடு.
பிச்சி கைகளை உயர்த்திச் செல்லாயியை நினைத்துக் கும்பிடுகிறான்.
தூக்குங்க ஆஸ்பத்திரிக்கு. ரத்தம் ஊத்தா வந்துக்கிட்டே இருக்கு.
அவனுக்கு இது சின்ன காயம்தான்!
ஒரு வாரத்திலே சரியாப் போயிரும்.
என்னை சமீந்தாருகிட்ட தூக்கிட்டு போங்க.
அவன் கேக்கறான். தூக்குங்கடா.

சமீந்தாரே வந்துட்டாரு!
வழி விடுங்க!
வழி விடுங்க!
ஜமீன்தாரைப் பார்த்ததும்
பிச்சி எழும்பப் பார்க்கிறான்.
மவராசா கும்பிடேறங்க!

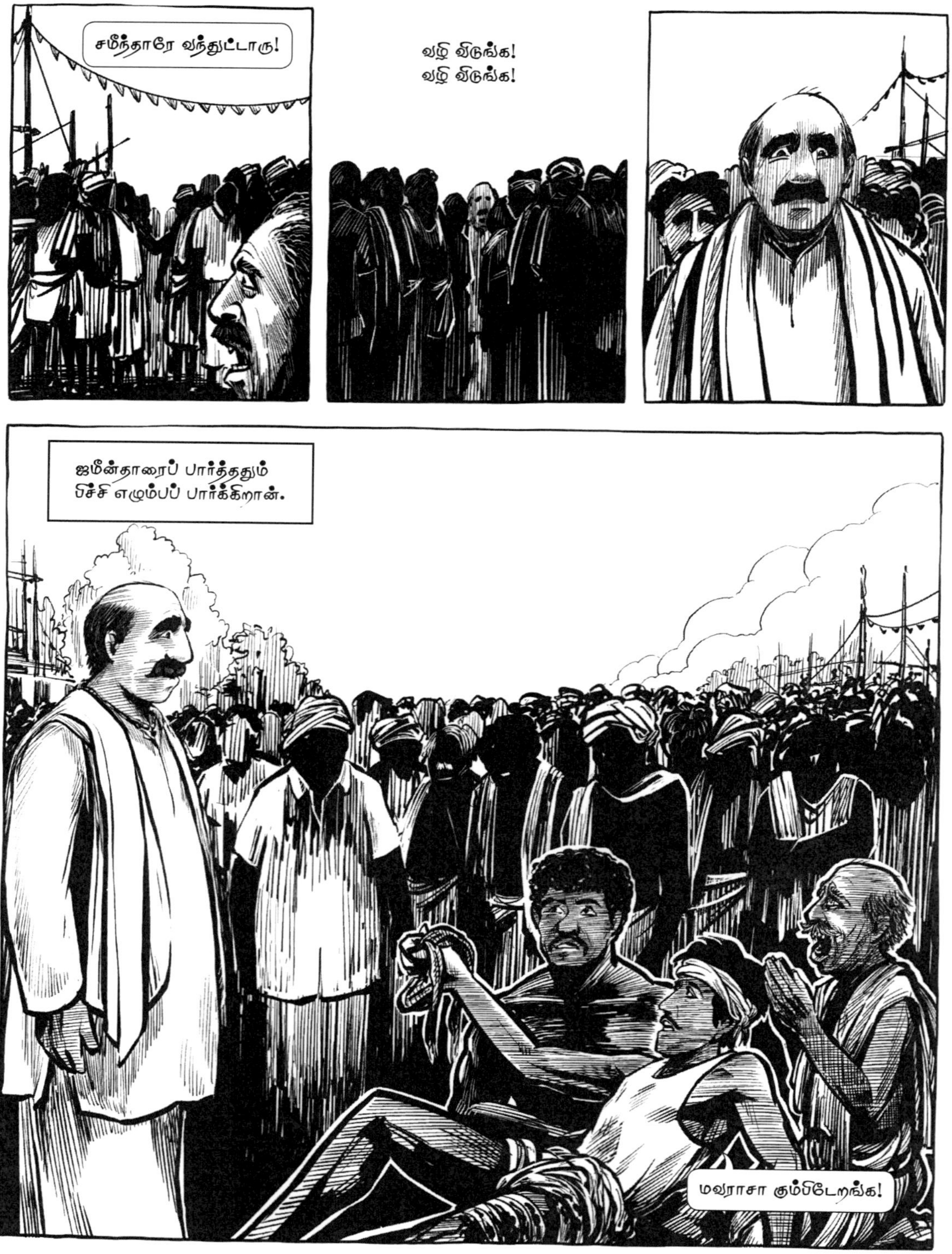

ஜமீன்தார் அவன் தொடையில் வழியும் ரத்தத்தைப் பார்க்கிறார்.
அவனை மெச்சும் பார்வையோடு துப்பட்டாவையும் அதன் மேல் நூறு ரூபாய் நோட்டையும் வைக்கிறார்.
சொல்ல நிறைய இருந்தும் பேச முடியாமல் தவிக்கிறான் பிச்சி.
மவ்ராசா, மாட்டைப் பிடிக்க வல்லீங்க. மூச்சு போறதுக்கு முந்தி அப்பாரு சொன்னாரு, நீயாவது இந்த காரிய...
பிச்சியால் முடிக்க முடியவில்லை.

அதெல்லாம் வேண்டாண்டா.
அப்பன் ரத்தம் மகனுக்குள்ளே
ஓடலீன்னா எப்படி...

தூக்குங்க ஆஸ்பத்திரிக்கு.
சமீன் வண்டிக்குக்
கொண்டுக்கிட்டுப் போங்க.

கூட்டம் ஆர்ப்பாட்டமாய் அவனைச் சுமந்து செல்வதைப் பார்த்தபடி நிற்கிறார் ஜமீன்தார்.

காரி மண்ணைக் கவ்விருச்சு!

சமீன் மாட்டைக் கிழக்கத்தியான் பிதுக்கிப்போட்டான்!

சமீன் மாடு கழிஞ்சிருச்சு

காளை எங்கே?

ஆத்து மணல்லே செருக்கடிச்சுக்கிட்டு இருக்கு. பத்துப் பேரைக் குத்திப் போட்டிருச்சாம்.

ரண்டு பேரு செத்துட்டாங்க.

வெறி அடங்கலே. அந்தப் பயலைக்கூட அண்ட விட மாட்டேங்குது.
சல்லிக்கட்ட நிறுத்துங்க!
போகலாம்.
ஜமீன்தார் ஆற்றங்கரைக்குச் செல்கிறார். கூட்டமும் உடன் செல்கிறது.

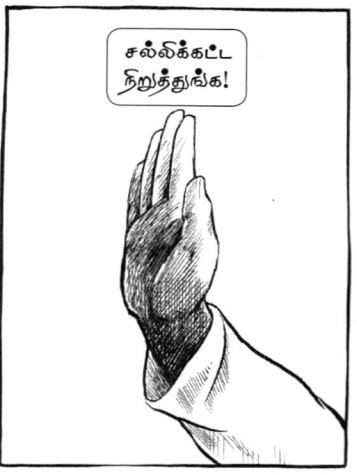

ஆற்று மணலைக் குத்திக் கிளப்புவதும் செறுமுவதுமாகக் காரி நின்றுகொண்டிருக்கிறது.
இன்னும் உனக்குச் செறுமல் வேறயா?

இடுப்பில் இருந்த
உறையிலிருந்து
ரிவால்வாரை உருவுகிறார்.
காளைக்குப் பின்னால்
யாரும் இருக்கிறார்களா
என்று பார்க்கிறார்.

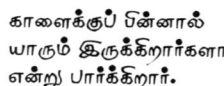

ஜமீன்தார் இரண்டு
முறை சுடுகிறார்.

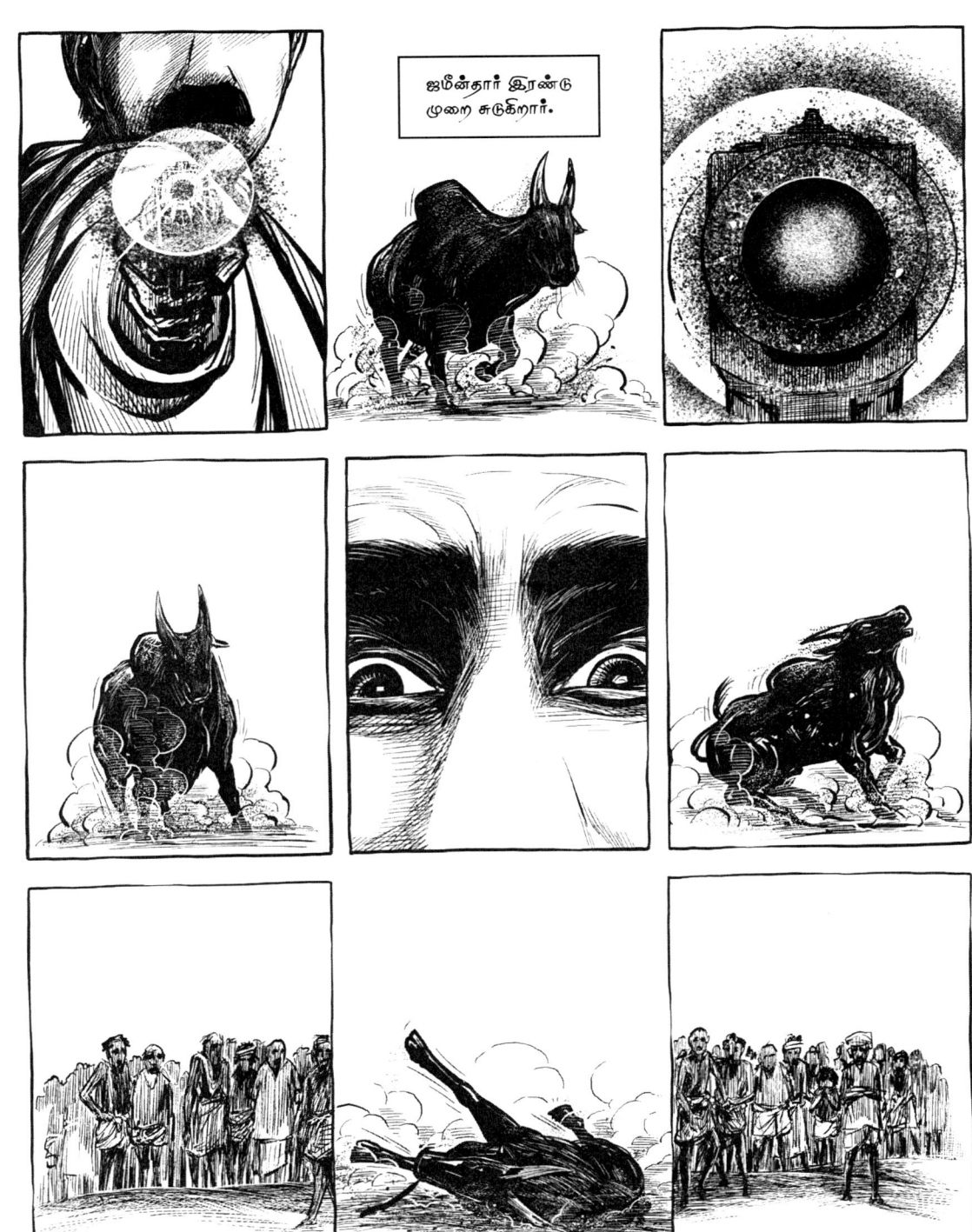

காரிக்காளை
செத்துப்போச்சு!
வாங்க மேடைக்குப்
போகலாம்.
சமீந்தாரு சுட்டுக்
கொன்னுட்டாரு.

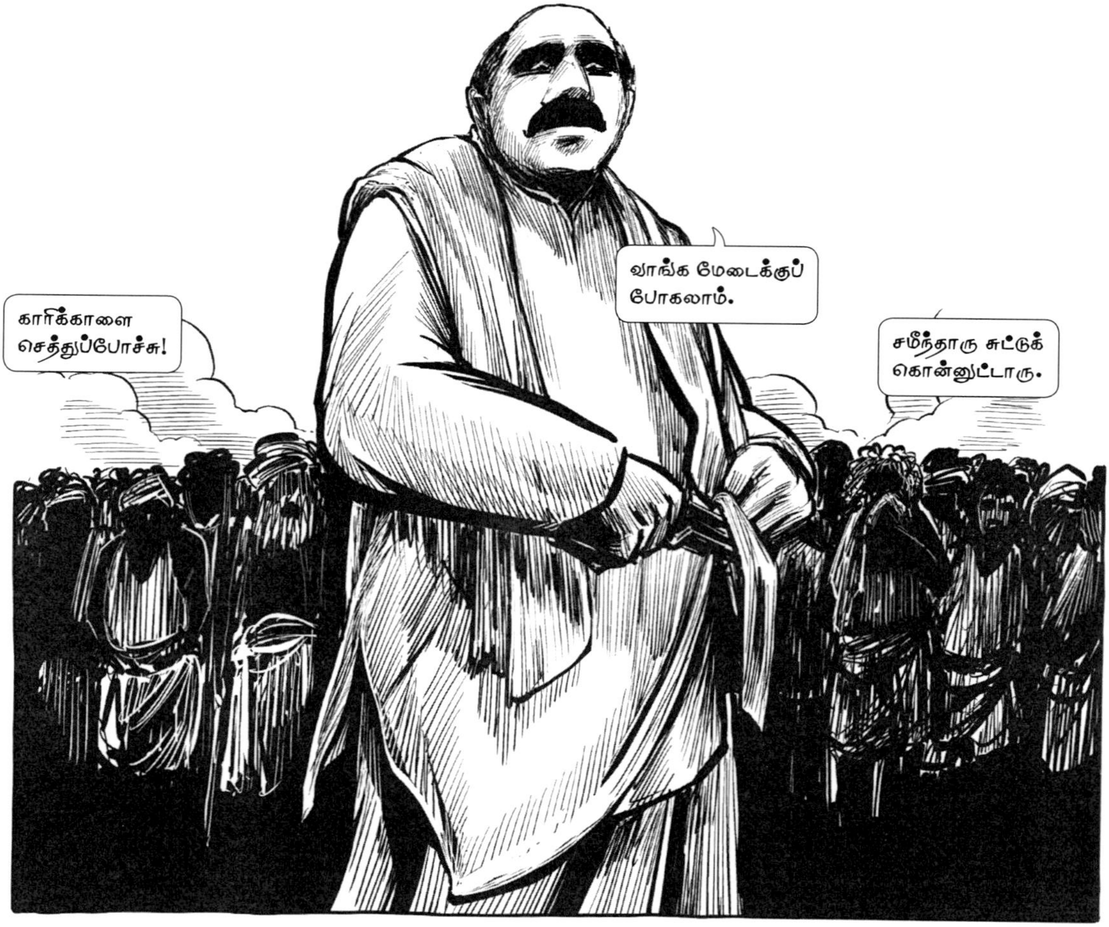

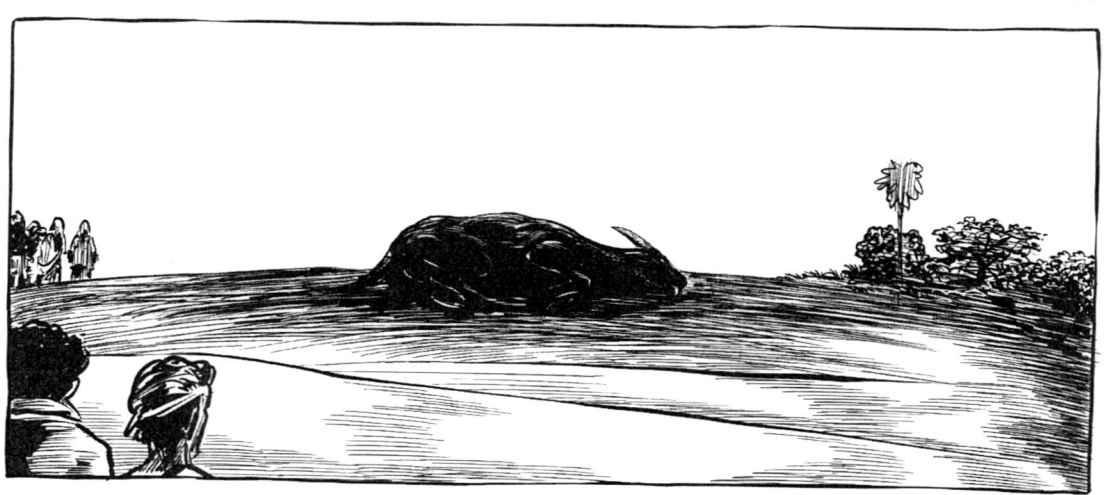

மிருகத்துக்கு ரோஷம் வந்தாலும் போச்சு.
மனுசனுக்கு ரோசம் வந்தாலும் போச்சு.

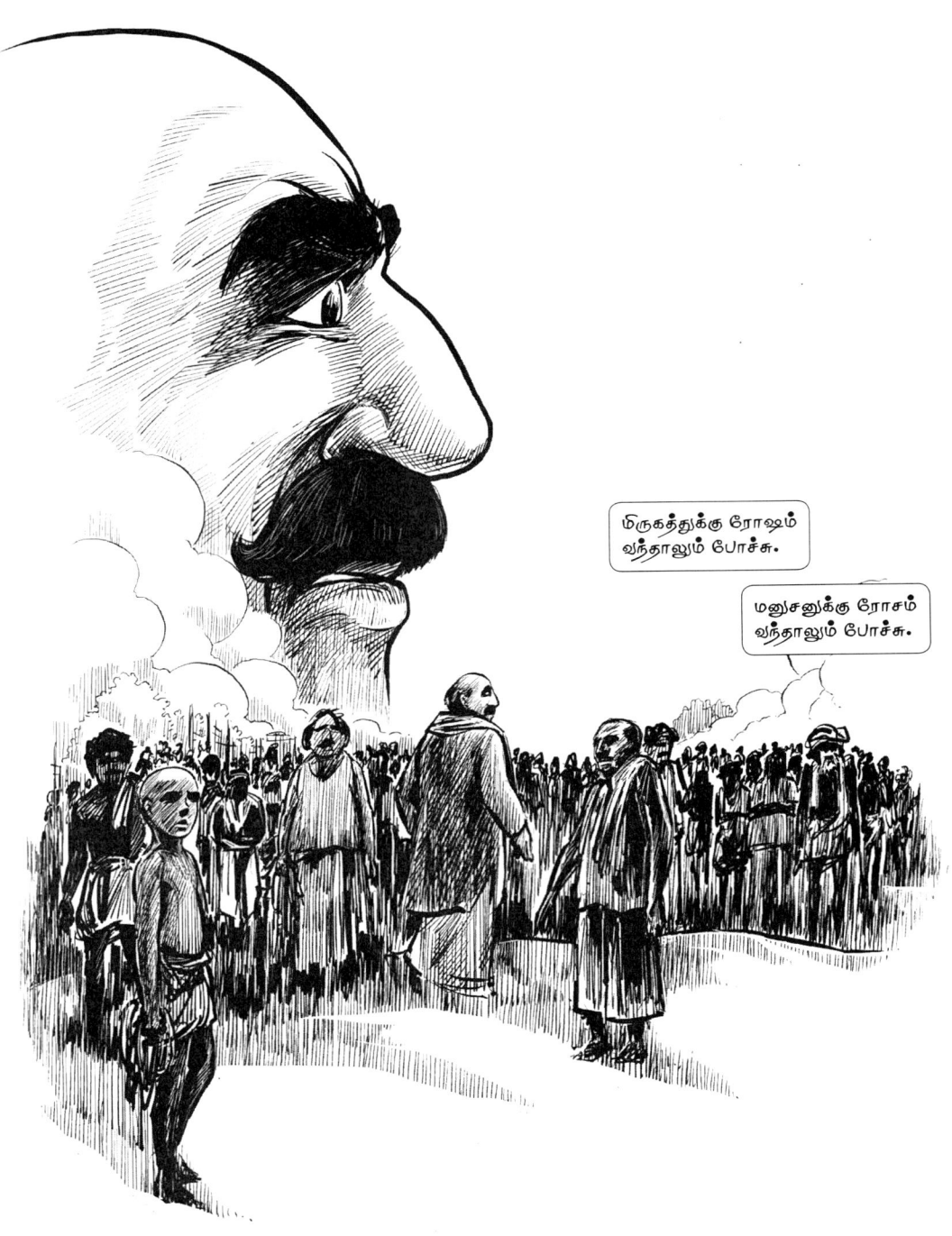

என்ன இருந்தாலும் அது மிருகம்தானே.

சி.சு. செல்லப்பா பிறந்தது மதுரை மாவட்டத்திலுள்ள வத்தலகுண்டு. சொந்த ஊர் சின்னமனூர்.

மணிக்கொடி எழுத்தாளரான செல்லப்பா சிறுகதை, நாவல், விமர்சனம், கவிதை, மொழிபெயர்ப்பு ஆகிய துறைகளில் பங்களித்திருக்கிறார். *சந்திரோதயம்*, *தினமணி* இதழ்களில் உதவியாசிரியராகப் பணியாற்றினார்.

இவரது முதன்மையான சாதனை எழுத்து இதழ். கடுமையான பொருளாதார நெருக்கடியைப் பொருட்படுத்தாமல் அந்த இதழை 1959 முதல் பத்தாண்டுகளுக்கு மேல் கொண்டுவந்தார்.

பரிசு, பணம், புகழ் ஆகியவற்றைக் கண்டு மிரளக் கடைசிவரையிலும் மறுத்த படைப்பாளி அவர்.

புகைப்படம் எடுப்பதில் செல்லப்பாவுக்குத் தனி ஈடுபாடு உண்டு.

இவரது 'வாடிவாசல்' நாவல் ஜல்லிக்கட்டு பற்றித் தமிழில் வெளிவந்த முதல் படைப்பு.

பெருமாள்முருகன் படைப்புத் துறைகளில் இயங்கிவருபவர். அகராதியியல், பதிப்பியல், மூலபாடவியல் ஆகிய கல்விப்புலத் துறைகளிலும் ஈடுபாடுள்ளவர்.

2023ஆம் ஆண்டுக்கான 'பன்னாட்டுப் புக்கர் விருது' நெடும் பட்டியலில் 'பூக்குழி' நாவலின் ஆங்கில மொழிபெயர்ப்பு 'Pyre' இடம்பெற்றது. இவரது 'ஆளண்டாப் பட்சி' நாவலின் ஆங்கில மொழிபெயர்ப்பான 'Fire Bird' நூலுக்கு 2023ஆம் ஆண்டு ஜேசிபி இலக்கியப் பரிசு வழங்கப்பட்டது.

அப்புபென் கேரளத்தைச் சேர்ந்த கிராஃபிக் நாவலாசிரியர், எழுத்தாளர், ஓவியக் கலைஞர்.

மூன்வார்ட் (2009), ஆஸ்பைரஸ் (2014) போன்ற நூல்களையும் காமிக்ஸ்களையும் வெளியிட்டுள்ளார். இவை ஹலாஹலா என்ற புராணக் கதையை அடிப்படையாகக் கொண்டவை. (காண்க: www.halahala.in)

அப்புபென் அண்மையில் உருவாக்கிய கிராஃபிக் நாவலான ட்ரீம் மெஷின் (2023), செயற்கை நுண்ணறிவின் வருகையைப் பற்றியது. இந்த நாவல் ஆங்கிலம், பிரஞ்சு, ஜெர்மன் மொழிகளில் வெளியாகி உலகம் முழுவதும் விற்பனையாகிறது. அச்சு ஊடகங்களிலும் இணைய தளங்களிலும் தொடர்ந்து வெளியாகும் அவரது படைப்புகளான ராஷ்ட்ராமன், டிஸ்டோபியன் டைம்ஸ் ஆகியவை சமூக-அரசியல் நையாண்டியைக் கொண்டவை.

Brainded India என்னும் வரைகலை இணைய ஊடகத்தின் நிறுவநரான இவர் அதன் இணை ஆசிரியராகவும் செயல்படுகிறார்.

ஜல்லிக்கட்டு பற்றி

ஜல்லிக்கட்டு என்று அழைக்கப்படும் ஏறு தழுவுதல் தமிழ்ச் சமூகத்தின் பாரம்பரிய வீர விளையாட்டு. கூர்மையான கொம்புகளைக் கொண்ட காளையை மனிதர்கள் எதிர்கொள்வதும் அதை அடக்க முயற்சிப்பதும் இதில் அடங்கும். காளையின் இரத்தம் மைதானத்தில் சிந்தக் கூடாது என்பது இந்த விளையாட்டின் முக்கிய விதி.

ஜல்லிக்கட்டு பற்றிய குறிப்புகள் சங்க இலக்கியங்களிலும் பண்டைய கல்வெட்டுகள், காளையை அடக்கும் முயற்சியில் உயிரிழந்த வீரர்களின் நினைவாக எழுப்பப்பட்ட நடுகற்கள் ஆகியவற்றில் உள்ளன.

சி.சு. செல்லப்பாவின் வாடிவாசல் நாவல் ஜல்லிக்கட்டு விளையாட்டைப் பின்னணியாகக் கொண்டது. பங்கேற்பாளர்களிடையே உள்ள போட்டி, பொறாமை, வஞ்சம் ஆகியவற்றுடன் வீரத்தின் மகத்துவத்தையும் சித்தரிக்கிறது. மனிதர்களின் தன்முனைப்பும் சுய பெருமித உணர்வுகளும் அவர்களுடைய செயல்பாடுகளில் பிரதிபலிப்பதை இந்த நாவல் நுட்பமாகக் காட்டுகிறது. பண்பாட்டின் பிரதிபலிப்பாகவும் மனதை ஈர்க்கும் இலக்கியப் படைப்பாகவும் விளங்கும் இந்த நாவலின் வரைகலை வடிவமே இந்த நூல்.

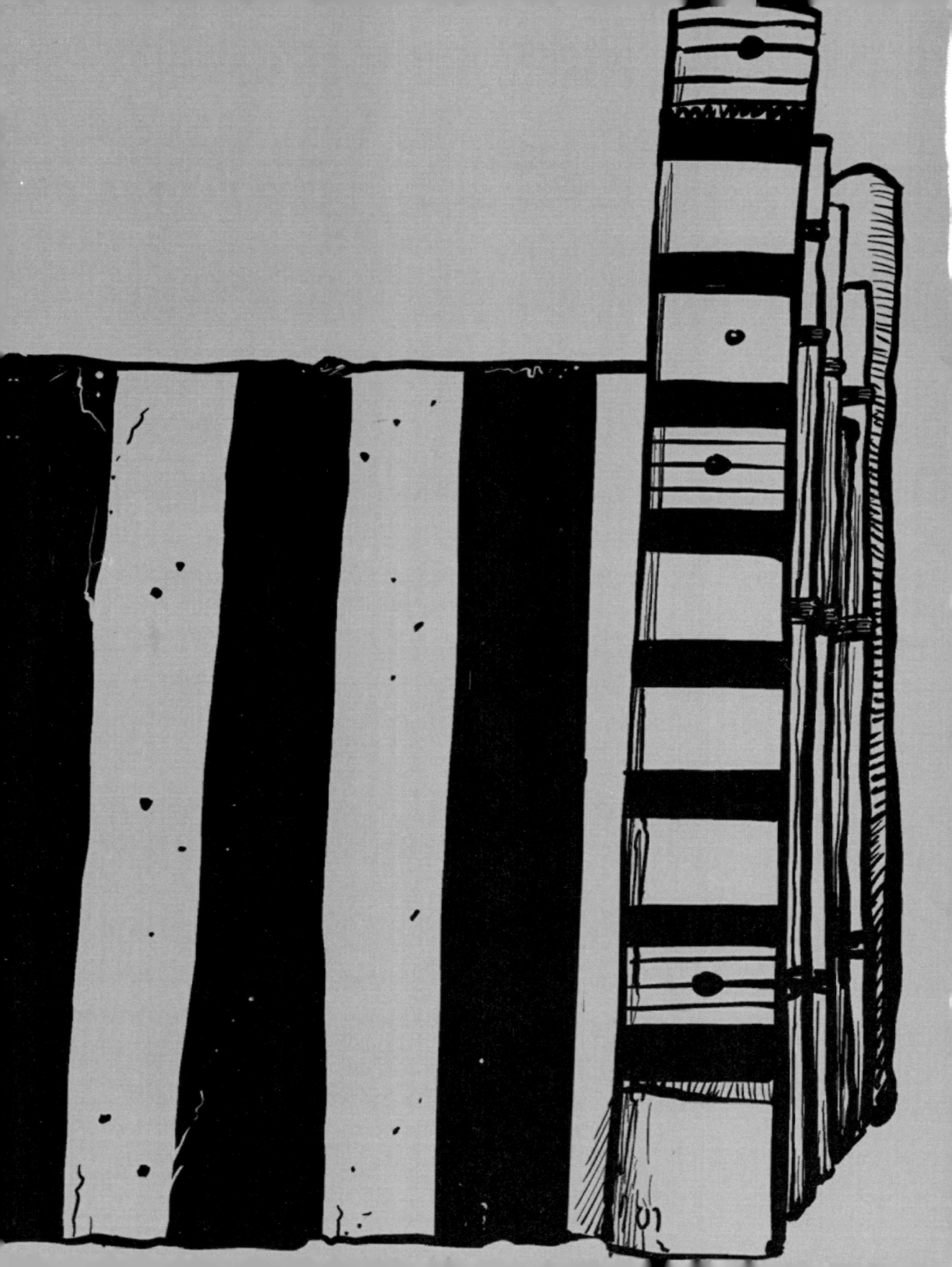